தீர்ப்புகள்

சட்டத்தமிழ் அறிஞர்,
புலமை வேங்கடாசலம் எம்.ஏ., பி.எல்.,
வழக்கறிஞர், நோட்டரி பப்ளிக், உறுதிமொழி ஆணையர்,
தஞ்சாவூர்.

தாமரை பப்ளிகேஷன்ஸ் (பி) லிட்
41–B, சிட்கோ இண்டஸ்டிரியல் எஸ்டேட்
அம்பத்தூர், சென்னை– 600 098
☎ : 26251968

Language : Tamil
Theerppugal
Author: **Pulamai Venkatachalam**
First Edition: November, 2005
Second Edition : March, 2016
Copyright: Publisher
No. of pages: iv + 148 = 152
Publisher :
Thamarai Publications Pvt. Ltd.,
41-B, SIDCO Industrial Estate,
Ambattur, Chennai - 600 098.
Tamilnadu State, India.
Email: tamaraipublications@gmail.com
Online:www.ncbhpublisher.com

ISBN: 978 - 81 - 8804 - 944 - 8
Code No. T 053
₹ 65.00

Distributors

Ambattur (H.O.) 044-26241288, 26258410, 26251968, 26359906
Spenzer Plaza (Chennai) 044-28490027 **Trichy** 0431-2700885
Pudukkottai 04322- 227773 **Tanjore** 04362-231371
Tirunelveli 0462-2323990 **Madurai** 0452-2344106, 2350271
Dindigul 0451-2432172 **Coimbatore** 0422-2380554
Salem 0427-2450817 **Hosur** 04344-245726 **Ooty** 0423-2441743
Vellore 0416-2234495 **Villupuram** 04146-227800
Pondicherry 0413-2280101 **Thiruvannamalai** 04175-223449

தீர்ப்புகள்

ஆசிரியர்: **புலமை வேங்கடாசலம்**
முதல் பதிப்பு : நவம்பர், 2005
இரண்டாம் பதிப்பு : மார்ச், 2016

அச்சிட்டோர்: **பாவை பிரிண்டர்ஸ் (பி) லிட்.,**
16 (142), ஜானி ஜான் கான் சாலை, இராயப்பேட்டை, சென்னை - 14
☎: 044-28482441

பொருளடக்கம்

1. தீர்ப்பு என்பதன் பொருள் — 04
2. அரசியலமைப்புச் சட்டத் தீர்ப்புகள் — 08
3. குற்ற விசாரணை முறைச் சட்டத் தீர்ப்புகள் — 46
4. சாட்சியச் சட்டத் தீர்ப்புகள் — 51
5. இந்திய தண்டனைச் சட்டத் தீர்ப்புகள் — 124
6. ஊழல் தடுப்புச் சட்டத் தீர்ப்புகள் — 132
7. வன்கொடுமைத் தடுப்புச் சட்டத் தீர்ப்புகள் — 133
8. தமிழ்நாடு குண்டர்கள் தடுப்புச் சட்டத் தீர்ப்புகள் — 134
9. மாற்றுமுறை ஆவணச் சட்டத் தீர்ப்புகள் — 134
10. இந்திய டிரஸ்ட்டுகள் சட்டத் தீர்ப்புகள் — 137

முன்னுரை

தீர்ப்புகள் என்னுந் தலைப்பில் அமைந்த இந்த நூலில் தீர்ப்பு என்றால் என்ன? என்பது குறித்த பொருள் விளக்கந் தரப் பட்டிருப்பதுடன், அரசியலமைப்புச் சட்டம், ஊழல் தடுப்புச் சட்டம், குற்ற விசாரணைமுறைச் சட்டம், குண்டர்கள் தடுப்புச் சட்டம், சாட்சியச் சட்டம், இந்தியத் தண்டனைச் சட்டம், நீதிமன்ற அவமதிப்புச் சட்டம், மாற்றுமுறை ஆவணச் சட்டம் ஆகியவற்றில் நமது இந்திய நாட்டிலுள்ள உயர்நீதிமன்றங்களும் மற்றும் உச்சநீதிமன்றமும் வழங்கிய தீர்ப்புகளும் தரப்பட்டுள்ளன.

பல்வேறு நீதிமன்றங்களில் நடைபெறும் பல வழக்குகளில் நீதிபதிகள் சட்டத்தில் கூறப்பட்டுள்ள விவரங்களை எடுத்துக் கொள்வதுடன், உயர்நீதிமன்ற, உச்சநீதிமன்றத் தீர்ப்புகளையும் உடன் எடுத்துக் கொண்டு வழக்குகளில் தீர்ப்புரைக்கின்றார்கள்.

நீதிபதிகளின் தீர்ப்புகளை, அந்த நீதிபதியைவிட, உயர்நிலையில் இருக்கும் நீதிமன்றங்களின் நீதிபதிகள் மட்டுமே விமர்சனம் செய்யமுடியும். மற்றப்படி பொதுமக்களோ வேறு எவருமோ விமர்சனம் செய்ய முடியாது. அப்படியல்லாது மீறி எவரேனும் விமர்சனம் செய்தால் அது நீதிமன்ற அவமதிப்புக் குற்றமாகும்.

சட்டத்தையும் நீதிமன்றத் தீர்ப்பையும் ஏற்றுக்கொள்வதன் மூலமே ஒரு பிரச்சினைக்கு முடிவு ஏற்படுகிறது. வழங்கப்பட்ட தீர்ப்புத் தவறாக இருந்தால்கூட அதனை ஏற்றுக் கொண்டுதான் ஆகவேண்டும். அதுதான் சட்டத்தின் ஆட்சி என்பதாகும்.

அரசன் தவறிழைப்பதில்லை (King can do no wrong) என்ற கோட்பாட்டின் அடிப்படையிலேயே, நீதிபதி ஒருவர் வழங்கும் தீர்ப்புத் தவறாக இருந்தால்கூட அவர்மீது நாம் குற்றஞ்சுமத்த முடிவதில்லை.

நீதிமன்றங்களின்மீது நம்பிக்கையில்லாத் தன்மை பொதுமக்களுக்குப் பெருமளவில் வந்துவிட்டது! குற்ற வழக்குகளில் உண்மையான குற்றவாளிகள் பலர் விடுதலைப் பெற்ற வண்ணம் இருந்துவருகிறார்கள்.

கொலை வழக்குகளில் விடுதலையான பல நபர்கள் ஊர் ஊருக்குக் கட்டப்பஞ்சாயத்து நடத்தி வருகிறார்கள்.

கட்டப்பஞ்சாயத்துத் தலைவன் ஒருவனுக்குக் குறைந்தபட்ச தகுதி அவன் நான்கு, ஐந்து கொலைகளைச் செய்திருக்க வேண்டும். அவனுக்குக் கையாள்களாக இருப்பவர்கள் குறைந்தபட்சம் ஒரு கொலையாவது செய்திருக்க வேண்டும்.

இந்தக் கட்டப் பஞ்சாயத்துக்காரர்களையும் அவர்களது அடியாட்களையும் நம்பிதான் பல அரசியல் கட்சிகளே செயற்படுகின்றன.

நலலவர்கள் அரசியலுக்கு வரவேண்டும் என்கிறார்கள். அவ்வாறு ஒன்று இரண்டு நல்லவர்கள் அரசியலுக்கு வந்தால் அவர்களை அரசியல்வாதிகள் கூலிக்கு ஆட்களை அமர்த்திக் கொன்றுவிடுகிறார்கள்.

பொதுவாக இந்த நாடு நன்றாக இல்லை. மக்கள் வாழ்க்கை ஒட்டுமொத்தமாக ஸ்தம்பித்துப் போவதற்குமுன், நல்லவர் களெல்லாம் ஒன்றுகூடி தீய சக்திகளை அழித்து இந்தியாவில் ஒரு நல்லாட்சியை மலரச் செய்வது நல்லதாகும்.

நீதி என்பதை வெளியில் விமர்சிக்க முடியாதெனினும் மக்கள் மனதுக்குள் விமர்சனம் ஆகாமல் இருப்பது நல்லதாகும்.

இந்த நூலில் எனது முழுத்திறமையையுங்காட்டி, தீர்ப்புரைகளின் சுருக்கவுரைகளைக் கொடுத்திருக்கிறேன். இதனை எனது தமிழர்கள் அனைவரும் வாங்கிப் படித்திட வேண்டிக் கொள்கிறேன்.

இதன்கண் குறைகள் ஏதுமில்லை; அப்படி குறைகள் ஏதேனுமிருந்து அதனால் எவரும் பாதிக்கப்பட்டால், அதற்கு நானோ இந்நூலை வெளியிட்ட பதிப்பகத்தாரோ பொறுப்பல்ல என்பதனை இதன்மூலம் தெரிவித்துக்கொள்கிறேன்.

நன்றி, வணக்கம்

இங்ஙனம்,

புலமை வேங்கடாசலம்,

வழக்கறிஞர்/நோட்டரி பப்ளிக்
உறுதிமொழி ஆணையர்

23/15, பூக்கார இரண்டாந் தெரு,
தஞ்சாவூர் - 613 001
தொலைபேசி எண். 238554

தீர்ப்பு என்பதன் பொருள்

நீதிமன்றத் தீர்ப்பு அல்லது நீதிமன்ற முடிவு தீர்ப்பு எனப்படும்.

உரிமையியல் விசாரணைமுறைச் சட்டம், பிரிவு 2(9)-இன் கீழ் தீர்ப்பு என்பது, ஒரு தீர்ப்பாணை அல்லது கட்டளைக்கு நீதிபதி வழங்கியுள்ள அடிப்படைக் காரணங்களைக் கொண்ட உரை என்று பொருள்படும்.

சிறுவழக்கு நீதிமன்றங்களின் தீர்ப்புகள்
(Judgment of small cause courts)

சிறு வழக்குகள் நீதிமன்றத்தின் தீர்ப்புகளானவை தீர்மானிக்கப்பட வேண்டிய பிரச்சினைகள், அவற்றின் பேரிலான முடிவு ஆகியவற்றைத் தவிர வேறு எதனையும் கூடுதலாகக் கொண்டிருக்க வேண்டியதில்லை.

மற்றைய உரிமையியல் நீதிமன்றங்களின் தீர்ப்பானவை, வழக்கின் சுருக்கமான ஓர் உரை, தீர்மானிக்கப்பட வேண்டிய பிரச்சினைகள், அவற்றின் பேரிலான முடிவு, அத்தகைய முடிவுக்கான காரணங்கள் ஆகியவற்றைக் கொண்டிருத்தல் வேண்டும். - உரிமையியல் விசாரணை முறைச் சட்டம், கட்டளை 20, விதி 4.

தீர்ப்பு என்ற பெயரில் இருதரப்பு வழக்கறிஞர்களின் வாதத்தை அப்படியே கொடுத்திடுவது தவறானதாகும். - AIR 1921 Lah 119 (120) (DB).

உரிமை அல்லது பொறுப்படைவுப் பற்றி நீதிமன்றம் இறுதியாக முடிவு செய்வது தீர்ப்பு எனப்படும் என்று இந்திய அரசியலமைப்புச் சட்ட உறுப்பு 133 குறிப்பிடுகிறது.

இந்திய அரசியலமைப்புச் சட்டம், உறுபு 226- இன்கீழ் கட்டளை ஒன்றை மறுஆய்வு (Review) செய்யவேண்டி தாக்கல் செய்த மனுவை இருநீதியரசர்கள் அடங்கிய ஆயம் (Division Bench) தள்ளுபடி செய்து பிறப்பித்த ஆணை, சிறப்புரிமைப் பட்டயம் (Letters patent), கூறு 10-இன் பொருளின்படி ஒரு தீர்ப்பாகும். - State of U.P. V. Vijay Anand (1963) 1 SC R 1: AIR 1963 SC 946.

உரிமையியல் விசாரணைமுறைச் சட்டம், 1908-இல் 'தீர்ப்பு' என்ற சொல்லுக்குரிய சொற்பொருள் விளக்கம், கல்கத்தா உயர்நீதிமன்றச் சிறப்புரிமைப் பட்டயத்தில் காணப்படும் சொல்லுக்குப் பொருந்தாது. Shorab Modi V. Manstate Film Distributors, AIR 1957 Cal 727 : 61 CWN 559.

காலவரம்பு காரணமாக வழக்கொன்றைத் தள்ளுபடி செய்து கீழமை நீதிமன்றம் பிறப்பித்த தீர்ப்பாணையை உயர்நீதிமன்றத்தின் தனி நீதியரசர் (Single Judge) இரத்துச் செய்து அந்த வழக்கை மீண்டும் விசாரிக்க உத்தரவிட்டது. மத்திய பிரதேச சிறப்புரிமைப் பட்டயக் கூறு 10-இன் பொருளின்படி ஒரு தீர்ப்பாகும். - Union of India V.Ainkumar, AIR 1962 MP 190.

குற்ற விசாரணைமுறைச் சட்டத்தின்கீழ் தீர்ப்பு என்பது, தண்டனை அளிப்பது அல்லது விடுதலைச் செய்வதை மட்டுமே குறிக்கும்.

தீர்ப்பாணை (Decree) :

உரிமையியல் வழக்கை அனுமதித்தோ அல்லது தள்ளுபடி செய்தோ கீழமை நீதிமன்றத்திலோ அல்லது மேல் முறையீட்டு நீதிமன்றத்திலோ வழங்கப்படும் தீர்ப்புரையின் அடிப்படையில் வனையப்படும் ஓர் ஆணையாகும்.

தீர்ப்புரையை (Judgment)க் கொண்டு ஒரு நிறைவேற்று நடவடிக்கையை (Execution proceeding) மேற்கொள்ள முடியாது;

தீர்ப்பாணையைக் கொண்டு மட்டுமே நிறைவேற்று நடவடிக்கையை மேற்கொள்ள முடியும்.

தீர்ப்பாணை தவறாக வனையப் பட்டிருந்தால், அதனைத் திருத்தஞ்செய்து கொடுக்கும்படி உ.வி.மு.ச. பிரிவு 152-இன்கீழ் நீதிமன்றத்தில் மனுவையும் அபிடவிட்டையும் தாக்கல் செய்தல் வேண்டும். அது தொடர்பாக எதிர்த்தரப்பு வழக்கறிஞருக்கு அறிவிப்பும் கொடுத்தல் வேண்டும்.

உரிமையியல் வழக்கில் வாதி அல்லது மனுதாரர் அல்லது மேல்முறையீட்டாளர் முன்னிலையாகாததால் அந்த வழக்குத் தள்ளுபடியாகியிருந்தாலும் அதிலும் தீர்ப்பும், தீர்ப்பாணையும் வழங்கப்படும்.

உரிமையியல் விசாரணைமுறைச் சட்டப்பிரிவு 2(2) இன்படி தீர்ப்பாணைக்கான விளக்கம்

"தீர்ப்பாணை" என்பது, அதை இயம்புகின்ற நீதிமன்றத்தைப் பொறுத்தவரையில், உரிமை வழக்கில் விவகாரத்தில் இருக்கின்ற விடயங்கள் (Matters) எல்லாவற்றையும் அல்லது அவற்றில் எதையும் பொறுத்துத் தரப்பினர்களின் உரிமைகளை அறுதியாக முடிவு செய்கிற நீதிமுறைத் தீர்மானிப்பின் முறைப்படியான இயம்புகை என்று பொருள்படும்; மற்றும் அது முதல் நிலையானதாக வோ இறுதிநிலையானதாகவோ இருக்கும். அது வழக்குரை ஒன்றை நிராகரித்தலையும், 144ஆவது பிரிவில் அடங்கிய பிரச்சினை எதையும் முடிவு செய்தலை உள்ளடக்குவதாகக் கொள்ளப்படுதல் வேண்டும். ஆனால் அது-

(அ) ஒரு கட்டளையின்பேரில் மேல் முறையிடு செய்வதைப் போன்று எந்த நீதிமன்றத் தீர்மானிப்பின்பேரில் மேல் முறையீடு செய்யும் உரிமை இருக்கிறதோ அந்த நீதிமுறைத் தீர்மானிப்பு எதையும்; அல்லது

(ஆ) தவறுகைக்காகத் தள்ளுபடி செய்யும் கட்டளை எதையும் உள்ளடக்காது.

விளக்கம் :

வழக்கு முழுமையாகத் தீர்க்கப்படுவதற்கு முன்பு மேற்கொண்டு நடவடிக்கைகள் எடுக்க வேண்டியிருக்கும்போது ஒரு தீர்ப்பாணையானது முதற்படியானதாகும். அது, அத்தகைய நீதிமுறைத் தீர்மானிப்பு உரிமை வழக்கை முழுமையாகத் தீர்க்கும் போது, அறுதியானதாகும். அது, பகுதி முதற்படியானதாகவும் பகுதி அறுதியானதாகவும் இருக்கலாம்.

வழக்கிடை மனு தீர்ப்புரை (Fair order) :

உரிமையியல் வழக்கொன்று நடைபெற்றுக் கொண்டிருக்கும்போது, அதில் இடையில் தாக்கல் செய்யப்படும் மனுவில் வழங்கப்படும் தீர்ப்பு, வழக்கிடை மனு தீர்ப்புரை எனப்படும்.

இதில் பிறப்பிக்கப்படும் தீர்ப்பாணை, வழக்கிடை மனு தீர்ப்பாணை (Decretal order) எனப்படும்.

தீர்ப்பாணை பெற்றவர் (Decree holder) :

எந்த நபருக்குச் சாதகமாக ஒரு தீர்ப்பாணை (Decree) வழங்கப்பட்டிருக்கிறதோ அல்லது நிறைவேற்றத்தக்க ஒரு கட்டளை பிறப்பிக்கப்பட்டிருக்கிறதோ அந்த நபர் தீர்ப்பாணை பெற்றவராவார். - உ.வி.மு.ச. பிரிவு 2(3).

தீர்ப்புக் கடனாளி (Judgment Debtor) :

எந்த நபருக்கு எதிராக ஒரு தீர்ப்பாணை பிறப்பிக்கப் பட்டிருக்கிறதோ அல்லது நிறைவேற்றத்தக்கதாயுள்ள கட்டளை ஒன்று பிறப்பிக்கப்பட்டிருக்கிறதோ, அந்த நபர் என்று பொருள்படும். உ.வி.மு.ச. பிரிவு 2(10).

அரசியலமைப்புச் சட்டம்

தோற்றுவாய்
(Preamble)
வழக்குத் தீர்வுகள்

1. **தோற்றுவாய்** (Preamble) என்பது அரசியலமைப்புச் சட்டத்தின் ஒரு பகுதியாகும். Keshavananda Bharati v. state of kerala AIR 191 SC 146.

2. **அரசியலமைப்புச் சட்டம் என்பது வாழும் சட்டம் (a living law) ஆகும்.**

இந்திய அரசியலமைப்புச் சட்டத்தை சாதாரண சட்டமாகக் கொள்ளக்கூடாது. அது சட்டங்களின் ஓர் இயந்திரமாகும். இதிலிருந்துதான் எல்லா சட்டங்களும் உருவாக்கப்படுகின்றன. இந்திய அரசியலமைப்புச் சட்டம் என்பது ஒரு வாழும் சட்டமாகும். - AIR 1990 SC 781 ; (1990) 2 SCC 71, Paragraph 17.

3. அரசியலமைப்புச் சட்டத்தின் தோற்றுவாயில் (Preamble) குறிப்பிடப்பட்டுள்ள நோக்கங்கள் நமது அரசியலமைப்பின் அடிப்படைக் கட்டமைப்பைக் (Basic structure) கொண்டுள்ளது. அதனை, அரசியலமைப்புச் சட்டப் பிரிவு 368-இன் கீழ் கொடுக்கப்பட்டுள்ள அதிகாரத்தைக் கொண்டு திருத்தமுடியாது.

4. பன்மையமைப்பு (Pluralism) என்பது இந்தியப் பண்பாட்டின் மையக்கல் (Keystone) ஆகும். மத சகிப்புத்தன்மை (religious tolerance) என்பது இந்திய மதச் சார்பின்மையின் மூலக்கோட்பாடு (bedrock) ஆகும். இது அனைத்து மதமும் நல்லது என்ற நம்பிக்கையின் அடிப்படையில் அமைந்ததாகும். Valsamma paul V. cochin University, AIR 1996 SC 1011, Paragraph 25 : (1996) 3 SCC 545.

5. இந்திய அரசியலமைப்புச் சட்டப் பிரிவுகள் 14 (4) 16(4)-இன் நோக்கம் சமூக மற்றும் பொருளாதார ஏற்றத் தாழ்வை நீக்குவதாகும்.

6. இந்திய அரசியலமைப்புச் சட்டப் பிரிவுகள் 14, 15, 16, 21, 38, 39, 46 ஏழைகள் ஆதாயமடையாதவர்கள், (disadvantaged) இயலாதவர்கள் ஆகிய இந்தியக் குடிமக்களுக்கும் சமவாழ்வு உரிமையை அளிப்பதுடன் அதனை அர்த்தமுடையதாகவும் ஆக்குகிறது. Valsamma Paul v. cochin University, AIR 1996 SC 1011, Paragraph 6 : (1996) 3 SCC 545.

7. கூட்டாட்சி அமைப்பு (Federal structure) :

இந்திய அரசியலமைப்பு. அடிப்படையில் ஒரு கூட்டாட்சி அமைப்பாகும்.

மத்திய அரசுக்கும் மாநில அரசுக்குமிடையில் அதிகாரம் பிரிக்கப்பட்டுள்ளது.

நீதித்துறை தனியாக இருந்து மத்தியஅரசுக்கும் மாநில அரசுக்குமிடையிலான பிரச்சினைகளை முடித்து வைக்கிறது. அதேபோன்று மாநிலங்களுக்கிடையிலான பிரச்சினைகளையும் முடித்து வைக்கிறது.

8. அமெரிக்க கூட்டாட்சி அமைப்பும் இந்தியக் கூட்டாட்சி அமைப்பும் :

அமெரிக்க கூட்டாட்சி அமைப்புக்கும் இந்தியக் கூட்டாட்சி அமைப்புக்கும் நிரம்பவேறுபாடு உண்டு.

அமெரிக்காவில் இரட்டைக் குடியுரிமை உண்டு. இந்தியாவில் ஒரே ஒரு குடியுரிமை மட்டுமே உள்ளது.

இந்தியக் குடிமக்கள் எங்கே வாழ்ந்தாலும் அவர்கள் அனைவரும் சட்டத்தின் முன் ஒரே மாதிரியாகக் கருதப்படுவார்கள்.

9. அமெரிக்காவில் ஒவ்வொரு மாநிலமும் தமக்குரிய அரசியலமைப்புச் சட்டத்தை இயற்றிக் கொள்ளலாம். ஆனால் அத்தகைய அதிகாரம் இந்தியாவிலுள்ள மாநில அரசுகளுக்கு இல்லை.

10. சமூக நீதி (Social Justice):

1. பொருளாதார ஏற்றத் தாழ்வுகளை நீக்குதல் (To remove economic unequalities);

2. உழைக்கும் மக்களுக்கு நாகரீகமான முறையில் வாழ்க்கைத் தரத்தை அளித்தல். (To provide a decent standard of living to the working people);

3. சமூகத்தில் பலவீனமான பிரிவினரின் நலன்களைப் பாதுகாத்தல் (To protect the interests of the weaker sections of the society).

11. இறையாண்மை (Sovereign):

இறையாண்மை (Sovereign) என்பதன் பொருளாவது. இந்திய அரசியலமைப்புச் சட்டத்தின் வரையறைகளுக்கு உட்பட்டு மாநில அரசு (State) எந்தப் பொருளில் வேண்டுமானாலும் சட்டங்களை இயற்றிக் கொள்ள அதிகாரமுண்டு. Synthetics & Chemicals Ltd v. state of Uttar pradesh, 1990 1 SCC 109, Paragraphs 35 - 37, 56 - 64, 106 - 108 : AIR 1990 SC 1480.

12. இந்திய ஒன்றியம் (Union of India):

இந்திய அரசியலமைப்புச் சட்டம், இந்தியாவை மாநிலங்களின் ஒன்றியம் (Union of states) என்று விவரிக்கிறது.

இந்த நாடு பல்வேறு தொகுதி (Units)களாகப் பிரிக்கப்படுகிறது. அவை மாநிலங்கள் அல்லது யூனியன் பிரதேசங்கள் (Union Territories) என்று பிரிக்கப்படுகின்றன.

இந்தியாவில் ஒன்றிய அரசாங்கம் (Union Government) என்றிருப்பதுடன் மாநில அரசாங்கங்கள் என்ற அமைப்பும் இருக்கின்றன.

13. ஜனநாயக சோசலிஷம் (Democractic Socialism) **:**

ஜனநாயக சோசலிஷத்தின் நோக்கம் வறுமை, அறியாமை, நோய்மை (disease), சமவாய்ப்பின்மை ஆகியவற்றை முடிவுக்குக் கொண்டு வருவதாகும். - G.B. Pant University of Agriculture and Technology, V. State of Uttar Pradesh, AIR 2000 SC 2695; (2000) 7 SCC 109 : (2000) 1LLJ 1109 : 2000 All LJ 2420.

உறுபு - 1

1. இந்திய ஒன்றியம் (Union of India) என்பது, அதிகார பகிர்மானத்துடன் கூடிய ஒரு கூட்டாட்சி ஒன்றியம் (Federal Union) ஆகும். அதற்கு நீதித்துறை பொருள் விளக்கம் அளிப்பவராக உள்ளது.

2. இந்தியா கூட்டாட்சி அமைப்பில் உள்ளது என்றும், சிலர் அவ்வாறு கூட்டாட்சி அமைப்புடையதாக இல்லை என்றும், சில எழுத்தாளர்கள் போலமை கூட்டாட்சி அமைப்பில் உள்ளது (Quasi federal) என்றும் கூறியபோதிலும் இந்தியா கூட்டாட்சி அமைப்பிலேயே இருக்கிறது. - Special Reference of 1956, AIR 1965 SC 745, 762 : (1965) 1 SCR 413.

3. இந்திய நிலவரை (Territory of India) **:**

இந்திய நிலவரை (Territory of India) என்ற சொல் எங்கெங்கே பயன்படுத்தப் படுகிறதோ, தற்போதைக்கு அந்த நிலவரை (territory) என்ற சொல்லுக்கான பொருள், இந்திய அரசியலமைப்புச் சட்டம், 1(3)-இன் பொருளைக் கொண்டிருக்கும்.

உறுபு 2

இந்தியாவில் புதிய மாநிலம் ஒன்றை இணைக்கவோ அல்லது ஏற்படுத்தவோ இந்திய நாடாளுமன்றம் மட்டுமே சட்டம்

இயற்றி அவ்வாறு செய்யமுடியும். அவ்வாறு இயற்றப்படும் சட்டம், இந்திய அரசியலமைப்புச் சட்டப்பிரிவு 4-இன் தேவைப்பாடுகளைக் கடைபிடித்தல் வேண்டும். நாடாளுமன்றத்திற்கு அளிக்கப்படும் அதிகாரம், அரசியலமைப்பின் அதிகாரத்தன்மையுடையதாகும். - AIR 1961 Andh Pra 50 (54) (DB).

உறுப்பு 3

1. மாநிலச் சட்டமன்றத்தின் கருத்தை நாடாளுமன்றம் கேட்பதற்குக் கட்டுப்பட்டதல்ல. - AIR1960 SC 51 (53) : AIR 1961 Andh Pra 50 (53) (DB).

2. மாநிலம் என்பதன் பொருள் - "State" - Meaning of

இந்தப் பிரிவில் மாநிலம் என்பது, யூனியன் பிரதேசங்களையும் உள்ளடக்கும். - AIR 1966 SC 644 (648)

உறுப்பு 4

நாடாளுமன்றம் (parliament) என்பது, நாடாளுமன்றத்தின் இரு அவைகள் (மக்களவை, மாநிலங்களவை) மற்றும் குடியரசுத் தலைவர் என்று பொருள்படும். - AIR 1951 SC 458 (461).

உறுப்பு 5

1. ஒவ்வொரு நபரும் (Every person)"என்ற சொல்லில் -

1. ஒரு கைதி (a prisoner) ;

2. ஆயுதப்படை உறுப்பினரும் (a member of the armed forces) உள்ளடங்குவர்.

2. இந்திய அரசியலமைப்புச் சட்ட உறுப்புகள் 5 முதல் 11 வரையிலுள்ளவைகள், இந்திய அரசியலமைப்புச் சட்டம் நடைமுறைக்கு வந்தபோது, இந்தியக் குடிமகன் பற்றிய பிரச்சினையை ஆய்வு செய்கிறது. - AIR 1956 Bom 1 (18) (DB).

3. இந்திய அரசியலமைப்புச் சட்டமோ குடியுரிமைச் சட்டமோ (Citizenship) "குடிமகன் (Citizen)" என்பதற்கான

சொற்பொருள் விளக்கத்தைக் கொடுக்கவில்லை. - AIR 1956 Bom 1(18) (DB).

4. இந்திய அரசியலமைப்புச் சட்டம் ஒரேவகையான குடியுரிமையை (One type of citizenship) மட்டுமே அங்கீகரிக்கிறது. இந்தியா முழுமைக்கும் ஒரே வகை குடியுரிமையேயாகும். இரண்டு குடியுரிமை கிடையாது. - AIR 1956 Cal 378 (381) : AIR 1955 J & K 5(6) (FB).

5. வாழ்வகம் (domicile) என்பது ஒரு நாட்டை முழுமையாகக் குறிக்குமேயன்றி, ஒரு நாட்டின் குறிப்பிட்ட மாநிலத்தையோ அல்லது அதன் ஒரு பகுதியையோ குறிக்காது. - AIR 1958 Ker 15 (17) (FB).

6. இந்தப் பிரிவின் வகையங்களை, இந்திய அரசியலமைப்புச் சட்டப்பிரிவுகள் 6 முதல் 9 வரையில் உள்ளவை களுடன் சேர்த்துப் படிக்க வேண்டும். - AIR 1967 Delhi 22 (24).

7. பிரிவு 5, இந்திய அரசியலமைப்புச் சட்டம், பிரிவு 7-ஆல் கட்டுப்படுத்தப்பட்டுள்ளது. - AIR 1955 SC 282 (285).

8. வெளிநாட்டுக் கடவுச்சீட்டை (Foreign Passport) பெற்றிருப்பதால், தன்னிச்சையாக வெளிநாட்டுக் குடியுரிமையைப் பெற்றிருப்பதை அறுதியாக நிரூபிப்பதாகக் கொள்ள முடியாது. - AIR 1965 SC 1623 (1628).

9. குறிப்பிட்ட ஒரு தேதியில் பாகிஸ்தான் செல்வதற்காக நபர் ஒருவர் இந்தியக் கடவுச்சீட்டை (Indian Passport) பெற்றார். அவர் அந்தத் தேதியில் இந்தியக் குடிமகனாக இருந்தார் என்பதை அது காட்டுகிறது. - AIR 1965 SC 810 (814).

10. வாழ்வகம் (Domicile) என்பதும் குடியுரிமை (Citizenship) என்பதும் ஒன்றல்ல. '- AIR 1956 Madh Bha 250 (252) (DB).

11. வாழ்வகம் (Domicile) என்பது ஒரு நபர் நிரந்தரமாக வாழும் அல்லது வாழவிருக்கும் ஒரு நாட்டைக் குறிக்கும். அவருக்குப் பிறகு அவரது மனைவி மற்றும் மக்கள் அந்த நாட்டில் வாழ்வதற்கு உரிமையுடையவர்களாவார்கள்.

12. எந்த ஒரு நபரும் வாழ்வகம் இல்லாது இருக்க முடியாது. - (1869) 1 LHSC 441 (457), Udny v. Udny. (Per Lord Westbury) : AIR 1955 SC 36 (39) : (1982) 1 Andh LT 310 : (1982) 1 Andh WR 342.

13. திருமணமான பெண்ணொருத்தி குடிபெயர்ந்திருந்தால் கூட, அவளது கணவனது வாழ்வகத்தைத் தான் தொடர்ந்து பெற்றிருப்பாள். - AIR 1955 SC 282 (294, 285).

உறுபு 6

1. நபர் (person) என்பது இயற்கையான நபர்களை (Natural Person) மட்டுமே குறிக்கும். கார்பரேஷன்களைப் போன்ற சட்ட நபர்களைக் (Juristic persons) குறிக்காது. - AIR 1969 Jand k 25 (31) (FB) : AIR 1963 SC 1811 (1821).

2. குடிபெயர்தல் என்பதன் பொருள் "Migration" - Meaning of :

இந்தப் பிரிவு மற்றும் 7வது பிரிவின் நோக்கங்களின் பொருட்டு, நிரந்தரமான வசிப்பிடத்திற்கான எண்ணத்தை உள்ளடக்காது. "குடிபெயர்தல் என்பதற்கான இயக்கம் (Movement) தன்னிச்சையாக இருத்தல் வேண்டும். குறிப்பிட்ட நோக்கத்திற்காகவும் குறுகிய காலத்திற்கு உரியதாகவும் இருத்தல் கூடாது. - AIR 1966 SC 1614 (1617).

உறுபு 7

1. நபர் ஒருவர் 1.3.1947-க்குப் பின்னர் பாகிஸ்தானுக்குக் குடிபெயர்ந்திருக்கும்போது, அவரை இந்தியக் குடிமகனாகக் கருதக் கூடாது. - .- AIR 1973 All 44 (46 to 48) : AIR 1951 Nag 185 (DB) : AIR 1951 Nag 38 (DB)

2. நபர் ஒருவர் 1948-ஆம் ஆண்டில் பாகிஸ்தானுக்குக் குடிபெயர்ந்தார். அவர் முன்னாள் ஐதராபாத் மாநிலத்தில் பிறந்தவராவார். ஐதராபாத் மாநிலம் 1949-ஆம் ஆண்டில்தான் இந்தியாவுடன் சேர்க்கப்பட்டது. ஆகையால், அந்த நபர் இந்தியாவில் பிறந்தவராகக் கருதமாட்டார். - (1982) 1 Andh we 342 (344, 345, 346) : (1982) 1 Andh LT 310

3. இந்தப் பிரிவின்படி பாகிஸ்தானுக்குக் குடிபெயர்தல் என்பது 1.3. 1947-க்குப் பின்னரும் 26.1.1950க்கு முன்னரும் நடைப்பெற்றிருத்தல் வேண்டும். - AIR 1963 SC 645 (648).

4. நபர் ஒருவர் 26.1.1950க்குப் பிறகு பாகிஸ்தானுக்குக் குடிபெயர்ந்திருக்கும்போது, அது பிரிவு 7-இன்கீழ் உள்ளடங்கி வராது. .- AIR 1963 SC 645 (648).

5. இந்திய அரசியலமைப்புச் சட்டம் நடைமுறைக்கு வந்த பிறகு பாகிஸ்தானுக்குக் குடிபெயர்ந்த நபர் இந்தியக் குடியுரிமையை இழப்பதில்லை. - 1LR (1973) 2 All 438 (441) (DB).

6. பிரிவு 7 இல் காணப்படும் .."இந்தியா." என்பதற்கு இந்திய அரசியலமைப்புச் சட்டம் தரும் பொருள் விளக்கமானது "பாரத்" என்பதாகும். இந்திய அரசாங்கச் சட்டம், 1935-இல் "(Government of India Act, 1935) விவரிக்கப்பட்ட பாகிஸ்தான் உள்ளடங்கிய பகுதிகளைக் குறிக்காது. - 1978 Serv L WR 139 (153) Punj and Har).

7. 12வயது சிறுவன் 1948-ஆம் ஆண்டில் இந்தியாவிலிந்து பாகிஸ்தானுக்குச் சென்றான். அவன். பிரிவு 7-இன்படி குடிபெயர்ந்த வனாகக் கருதப்படமாட்டான். சட்டத்தின் பார்வையில் இளவர் ஒருவர் குடிபெயர்தல் முடியாது. - AIR 1962 Guj 194 (195) (DB). AIR 1965 All 191 (192) : 1965 (10) Cri LJ 522 (DB) : AIR 1962 Guj 194 (195) (DB) : AIR 1960 All 637 (639).

8. சிறுவன் ஒருவன் தனது தந்தையுடன் மற்றொரு நாட்டிற்குக் குடிபெயர்ந்திருக்கும்போது சிறுவனும் குடிபெயர்ந்த வனாகக் கருதப்படுவான். - AIR1961 Orissa 150 (151) : 1961 S1) Cri LJ 353 : AIR 1957 Punj 86 (87); 1957 Cri LJ 537 (DB).

உறுப்பு 11

அதிகாரம் அளிக்கப்பட்டதை தொடர்ந்தும், பிரிவு 10 மற்றும் பிரிவு 11-இன்கீழ் அங்கீகரிக்கப்பட்டதன்பேரிலும், இந்திய நாடாளுமன்றம் குடியுரிமைச் சட்டம், 1955 - (Citizehip Act, 1955)ஐ இயற்றியது. - AIR 1963 SC 645 (649).

உறுப்பு 12

1. மாநில ஆளுநர் (Governor of a State) பிரிவு 12-இல் விவரிக்கப்பட்ட "அரசு (State)" என்ற சொல்லில் அடங்குவார். - (1979) 2 Andh WR 41 (46) : (1979) 1 Andh LJ 167 : (1968, 70 Bom LR 654.

2. நீதித்துறை, பிரிவு 12-இல் விவரிக்கப்பட்ட "அரசு (State)" என்பதில் பெயர் குறிப்பிடப்படவில்லை என்றாலும், அது அரசு என்ற சொற்பொருள் விளக்கத்தினுள் அடங்கும். -1982 Lab 1C 1826 (1830) : 1LR (1982) 2 Cut 1 (DB).

3. பிரிவு 12-இன் பொருளின்படி நீதிமன்றம் "அரசு" (State) ஆகும். - (1980) 1 Andh WR 314(339) (DB) : AIR 1986 AP 339 (341).

4. இரயில் வாரியம் (Railway Board) ஓர் அரசு (State) ஆகும். - AIR 1972 SC 1792 (1796) : 1973 Cri LJ 458.

5. உயர்நீதிமன்றத்திற்குத் தேவையான ஊழியர்களை உயர்நீதிமன்றத் தலைமை நீதியரசர் நியமிக்கும்போது அவர் ஓர் அரசாங்கமாக இருந்து செயல்படுகின்றார். அதனால் இந்தப் பிரிவின்படி உயர்நீதிமன்றம் ஓர் "அரசு" (State) ஆகும். - AIR 1964

Raj 13 (15) : ILR (1963) 13 Raj 215 (DB) : 1979 Lab 1C (NOC) 18 : (1978) Lab LJ 675 (Madh pra).

6. நகராட்சி (Municipal Corporation) ஓர் "அரசு (State)" ஆகும். - 1967 Jab LJ 415 (432).

உறுப்பு 13

1. மாநிலச் சட்டமன்றத்தில் நிறைவேற்றப்பட்ட சட்ட முன் வடிவு (Bill) ஒரு சட்டமாகாது. அது குடியரசுத்தலைவரின் ஒப்புதல் பெற்ற பின்னரே சட்டமாகிறது. - AIR 1983 (NOC) 169 (DB) 1983 1 Kant LJ 489.

2. வட்டாரச் சட்டங்கள் (Local laws) கூட இந்தப் பிரிவுக்கு உட்பட்டதாகும். AIR 1960 Manipur 34 (36).

3. சட்டப்பேரவையின் தீர்மானம் ஒன்று சட்டமாகாது. (எ-டு : உறுப்பினர் ஒருவரைப் பதவி நீக்கம் செய்வது) - AIR 1954 All 319 (332) : 1954 Cri LJ 691.

4. அரசு ஊழியர் நடத்தை விதிகள் (Government servants conduct rules) ஒரு சட்டமாகும். - AIR 1962 SC 1166 (1170, 1171).

5. குடியரசுத் தலைவரால் பிறப்பிக்கப்பட்ட அவசர பிரகடனம், பிரிவு 133-இன் கீழ் ஒரு சட்டமாகும். - AIR 1962 Bom 53 (60).

6. நகராட்சி துணைவிதிகள் இந்தப் பிரிவின்கீழ் ஒரு சட்டமாகும். - AIR 1950 SC 163 (165).

உறுப்பு 14

1. கேபிள் டி.வி.க்கு வரி விதித்தது போன்று தூர்தர்ஷனுக்கு விதிக்கப்பட்ட வரியை எதிர்க்க முடியாது. தூர்தர்ஷன் வியாபார

நோக்கத்திற்காக நடத்தப்படுவதல்ல; - A. Suresh V. State of Tamil Nadu, AIR 1997 SC 1889 : (1997) 1 SCC 319.

2. பெயர் மாற்றம்
(Change of name)

இது ஒரு கொல்கத்தா வழக்கு

நன்கொடை பெற்றதையடுத்து, பள்ளி நிருவாகம் பள்ளியின் பெயரை மாற்றுவதற்குத் தீர்மானம் நிறைவேற்றியது. அந்தத் தீர்மானமும் அதனை ஏற்றுக்கொண்ட நடைமுறையும் இயற்றப்பட்ட சட்ட வகையங்களுக்கு ஏற்ப இருந்ததால், அதனை வாரியமும் ஏற்றுக்கொண்டது. நிறுவனத்தின் வளர்ச்சிக்காக அத்தகைய நடவடிக்கையை மேற்கொண்டது செல்லுபடியாகும். - Manoranjan Das V. state of West Bengal, AIR 1998 Cal 22.

3. குடியுரிமை
(Citizenship)

வெளிநாட்டினர் இந்தியக் குடியுரிமையைப் பெறுவதற்கு அடிப்படை உரிமை (Fundamental right) இல்லை. - David John Hopkins V. Union of India, AIR 1997 Mad 366.

4. கல்வி
(Education)

முன்னாள் இராணுவத்தினரின் குழந்தைகளுக்கான இட ஒதுக்கீடு பற்றி, பிரிவு 15(4)-இல் எதுவும் குறிப்பிடப்படவில்லை. ஆனால் அத்தகைய இடஒதுக்கீட்டை நீதிமன்றம் ஏற்றுக் கொண்டிருக்கிறது.

5. வரி விலக்களிப்பு
(Exemption from tax)

பொதுத்துறை ஊழியர்களின் (ஓய்வூதியம் சம்பந்தமான பயன்பொருட்டு) வரிவிலக்கு அளிக்கப்பட்டது செல்லுபடியாகும். -

Shashikant v. Union of India, (1990) 4 SCC 366 : AIR 1990 SC 2114 : 1990 185 1TR 104.

6. நிதி உதவி
(Financial assistance)

இது ஒரு தில்லி (Delhi) வழக்கு

தீவிரவாத செயல்களுக்குப் பயந்து கொண்டு மனுதாரர், பஞ்சாபிலிருந்து தில்லிக்குக் குடிபெயர்ந்தார். அவருக்கு அரசாங்கம் சிறிதளவு நிதி உதவி செய்து வந்தது. ஆனால் அந்த நிதி உதவியை எந்தவித காரணமும் சொல்லாமல் அரசாங்கம் திடீரென்று நிறுத்தி விட்டது. அவ்வாறு இந்திய அரசாங்கம் நிதிஉதவியை நிறுத்தியது தன்னிச்சையானதென்றும் அரசியலமைப்புக்கு விரோத மானதென்றும் நீதிமன்றம் தீர்ப்புரைத்தது. - Darshan Lal V. Union of India, AIR 1996 Del 52.

7. அரசுத் துறை
(Government department)

பொதுத்துறை நிறுவனம் (Public sector Company) ஒன்று பிரிவு 12-இன்படி அரசாக இருந்தால்கூட அது அரசுத்துறை (Government department) ஆகாது.

1. Hindustan Steel Works Construction Ltd., V. State of Kerala, AIR 1997 SC 2275 : (1997) 5 SCC 171 : (1917) 2 LLJ 345.

2. Steel Authority of India Ltd. V. Shri Ambica Mills, AIR 1998 SC 418 : (1998) 1 SCC 465 : (1998) 92 Comp cas 120.

8. நில உச்சவரம்பு
(Land ceiling)

நகர நில (உச்ச வரம்பு மற்றும் ஒழுங்கமைப்பு) சட்டம், 1976, பிரிவு 4 (7) அரசியலமைப்புக்கு விரோதமானதல்ல.

பிரிவினையாகாத இந்துக் குடும்பம் ஒரு நபரல்ல. உச்சவரம்பு வரையறையின் நோக்கத்திற்காக இந்துக் கூட்டுக் குடும்பத்தை ஒரு தனித் தொகுதியாகக் கருதக்கூடாது. பிரிவு 4(7)-இன்படி ஒவ்வொரு தனி உறுப்பினரும், வயது வந்தவர் அல்லது இளவர் (Minor) தனித்தனியே உச்சவரம்பைக் கொண்டுள்ளார்கள். - Pratima paul v. Competent Authority, AIR 1990 Cal 185 (DB) (A.M. Batta Charjee, J.)

9. அரசியலமைப்புச் சட்டத்தின் அடிப்படை அம்சங்களை (Basic feature of the constitution) இந்திய நாட்டின் நாடாளுமன்றமும் சட்டமன்றமும் மீறமுடியாது. - Indra Sawhney V. Union of India, AIR 2000 SC498 ; (2000) 1 SCC 168 : 2000 SCC (L&S) 1.

10. இராஜஸ்தானி மொழி
(Rajasthani language)

இராஜஸ்தானி மொழியை இந்திய அரசியலமைப்புச் சட்டத்தின் எட்டாவது அட்டவணையில் சேர்க்காதது இந்திய அரசியலமைப்பு சட்டத்தின் 14-ஆம் பிரிவை மீறியதாகாது. அது மாநில அரசின் கொள்கையாகும். தீய எண்ணம் (Mala fides) இல்லாதநிலையில் நீதித்துறையில் குறுக்கீடு தேவையற்றதாகும். Canhaiya Lal Sethia V. Union of India, (1997) 6 SCC 573 : AIR 1998 SC 365.

11. பட்டியல் மரபினர்
(Scheduled castes)

குடிபெயர்ந்த பட்டியல் மரபினர், பட்டியல் பழங்குடி மரபினருக்குச் சலுகைகள் மறுத்தது இந்திய அரசியலமைப்புச் சட்டப் பிரிவு 14 அல்லது 19-ஐ மீறியதாகாது. - State of Maharashtra V. Union of India, JT (1994) 4SC 423.

12. எண்ணம்
(Scope)

இந்தியக் குடிமக்கள் அனைவரையும் ஒரே மாதிரியாக நடத்துவதற்கு. அரசியலமைப்புச் சட்டப்பிரிவு 14 உத்தரவாத

மளிக்கிறது. Andhra Pradesh V. Maharshi Publishers Pvt. Ltd. AIR 2003 SC 296 : (2003) 1 SCC 95.

13. மூலம்
(Source)

1. இந்திய அரசியலமைப்புச் சட்டப் பிரிவு 14-க்கான மூலம், அமெரிக்கா மற்றும் ஐஸ்லாந்து அரசியலமைப்புச் சட்டங்களிலிருந்து எடுக்கப்பட்டதாகும்.

2. இந்தப் பிரிவு இந்திய அரசியலமைப்புச் சட்டத்தின் தோற்றுவாயுடன் நேரிடையான தொடர்பு கொண்டதாகும். - AIR 1959 SC 149 (160, 177) : ILR (1960) Mad 1082 (1094) (DB).

3. பிரிவுகள் 14, 10-ஐ அரசியலமைப்புச் சட்ட வகையாங் களுக்கு மாறுபாடாகப் பயன்படுத்த முடியாது. - AIR 1976 SC 2433 (2439) : 1976 Lab 1C 1551.

4. பிரிவு 19-இன்கீழ் அடிப்படை உரிமைக்கு உத்தரவாதம் அளிக்கப்பட்டிருக்கும்போது, அது அரசியலமைப்பால் மீறியதாகாது. (முப்பதாவது திருத்த) சட்டம் (1972). 1974 Rajdhani LR 570 : 1LR (1973) 2 Delhi 804.

5. மரண தண்டனை விதிக்கப்பட்ட நபர் அடிப்படை உரிமைகளைக் கோரலாம். - AIR 1983 SC 361 (2) (366) : 1983 Cri LJ 481.

6. இயற்கை நீதிக் கொள்கைகளை மீறும்போது, அது பிரிவு 14-இன் கருத்தெல்லைக்கு உட்பட்டிருக்கும். - AIR 1956 J & K 17 (23).

7. வேலைவாய்ப்பில் பட்டியல் மரபினர் மற்றும் பட்டியல் பழங்குடி மரபினருக்கு 75% இடஒதுக்கீடு செய்தது மிகவும் அதிகமாகும். அதனால் அதனை ஏற்கமுடியாது. - 1975 Lab 1C 1275 (1278, 1279) (Him pra).

14. இயற்கை நீதி
(Natural Justice)

இயற்கை நீதி என்பதாவது :

1. அரசு நடவடிக்கையால் நபர் ஒவ்வொருவரின் உரிமைகள் பாதிக்கப்படும்போது, அதனை அவர் சந்திக்கும் வகையில் அவருக்கு அறிவிப்புக் கொடுத்தல் வேண்டும்.

2. அவரது எதிர்வாதத்தைக் கேட்கும்வகையில் அவருக்கு வாய்ப்பு அளித்தல் வேண்டும்.

3. அவ்வாறு வாதத்தைக் கேட்கும்போது பாரபட்சமின்றி செயற்பட வேண்டும்.

4. அதிகாரநிலையினர் நல்ல எண்ணத்துடன் செயற்பட வேண்டும். தன்னிச்சையாகவோ காரணகாரியமில்லாமலோ செயற்படுதல் கூடாது. - AIR 1957 All 297 (301) (DB) : AIR 1 All 19 (28, 29) (FB).

உறுபு 15

1. தொழில்நுட்பக் கல்வி நிலையங்களில் ஒவ்வொரு வகுப்புக்கும் மிக அதிக அளவில் இட ஒதுக்கீடு செய்வது செல்லாத தாகும். இட ஒதுக்கீடு என்பது மொத்த இடங்களில் 50% மேற்படுதல் கூடாது. தீர்ப்புகளுக்குக் காண்க :

1. State of Uttar pradesh v. Balram, AIR 1972 SC 1375, 1395 ; (1972)1 SCC 660.

2. Rajendran v. Union of India, AIR 1968 SC 507 : (1968) 1 SCR 721 : (1968) 2 LLJ 407.

3. Balaji V. State of Mysore, AIR 1963 SC 649, 662 ; 1963 supp (1) SCR 439.

4. Jayashree V. state of Kerala, AIR 1976 SC 2381 : (1976) 3 SCC 730.

5. Periakaruppan V. State of Tamil Nadu, AIR 1971 SC 2303 : (1971) 3 SCC 38 : (1971) 2 MLJ 65 (SC).

6. Abdul Latif V. State of Bihar, AIR 1964 Pat 393, 395.

7. Anil V. Dean, Govt. Medical College, Nagpur, AIR 1985 Bom 153 paragraph 6.

2. மருத்துவக் கல்லூரிகள்
(Medical Colleges)

மருத்துவக் கல்லூரியில் இட ஒதுக்கீடு அனுமதிக்கத்தக்க தாகும். - Ajay kumar v. state of Bihar, JT (1994) 3 SC 662 : (1994) 4 SCC 401.

3. பெண்கள்
(Women)

சில பணியிடங்கள் பெண்களுக்காக ஒதுக்கீடு செய்தது பிரிவு 15(3)-இன்படி செல்லுபடியாகும். (Union of India V.K.P. Prabhakaran, (1997) 11 SCC 638.

4. பெண்களும் செக்ஸ் கொடுமையிழைப்பும்
(Women and sexual harassment)

உழைக்கும் பெண்கள் செக்ஸ் கொடுமைக்கு உட்படுத்தப் படுவது, இந்திய அரசியலமைப்புச் சட்டப் பிரிவுகள் 14, 15, 23-இன் கீழ் உத்தரவாதத்துடன் அளிக்கப்பட்ட உரிமைகளை மீறுவதாகும். - Vishakha v. state of Rajasthan, AIR 1997 SC 3011 ; (1997) 6 SCC 241 ; 1997 SCC (Cri) 932.

உறுபு 16

1. சட்டத்தின் முன் அனைவரும் சமம் என்பதற்கு, இந்திய அரசியலமைப்புச் சட்டப் பிரிவு 14 உத்தரவாதமளிக்கிறது.

பிரிவுகள் 15(1), 16(2) குடிமக்களை வேறுபாடுகளிலிருந்து பாதுகாக்கிறது. - State of Sikkim v. Surendra Prasad Sharma, JT (1994) 3 SCC 372 : (1994) 5 SCC 282 : AIR 1994 SC 2342 : (1994) 1 SLR 685.

2. பட்டியல் மரபினர் அல்லது பட்டியல் பழங்குடி மரபினர் என்ற தகுதியை மற்ற ஒரு மாநிலத்திற்குக் குடிபெயர்ந்திருக்கும் போது அங்குப் பெற முடியாது. - JT (1994) 4 SC 423.

3. அரசியலமைப்பு (எழுபத்து ஏழாவது திருத்தம்) சட்டம், 1995 (Constitution (Seventy-seventh Amenment) Act, 1995).

பட்டியல் மரபினர் மற்றும் பட்டியல் பழங்குடி மரபினர் (Scheduled castes and Scheduled Tribes) 1995-ஆம் ஆண்டுக்குப் பிறகு பதவி உயர்வில் இட ஒதுக்கீட்டு வசதியை அனுபவித்து வருகிறார்கள்.

இந்திய உச்சநீதிமன்றம், Indra Sawhney v. Union of India என்ற வழக்கில், பிரிவு 16(4)-இன் கீழான இடஒதுக்கீடு என்பது தொடக்கநிலையில் பணி நியமனத்தோடு சரி அதற்கு மேல் பதவி உயர்வில் (Promotion) தொடரக்கூடாது என்று தீர்ப்புரைத்தது; அதனால் மாநிலத்தில் பணியிலுள்ள பட்டியல் மரபினர் மற்றும் பட்டியல் பழங்குடி மரபினர் பாதிக்கப்பட்டதால் அவர்கள் வேண்டிக் கொண்டதன்பேரில் உச்சநீதிமன்றம் தாம் மேற்சொல்லப்பட்ட வழக்கில் வழங்கிய தீர்ப்பை மீண்டும் தமது கவனத்தில் எடுத்துக் கொண்டு பதவி உயர்விலும் பட்டியல் மரபினர் மற்றும் பட்டியல் பழங்குடி மரபினருக்கான இடஒதுக்கீடு தொடர வேண்டுமென்று தீர்ப்பு வழங்கியது. இந்த அடிப்படையில், பட்டியல் மரபினர் மற்றும் பட்டியல் பழங்குடி மரபினரைப் பாதுகாக்கும் வகையில், பதவி உயர்விலும் அவர்கட்கு இட ஒதுக்கீட்டை தொடர அரசாங்கம் முடிவு செய்தது. அதனால் இதனை நிறைவேற்றுவதற்காக, இந்திய அரசியலமைப்புச் சட்டத்தில் பிரிவு (4அ)-ஐ சேர்த்தது.

4. வேறுபாடு (Discrimination) :

    1. மதம் (Religion) ;
    2. இனம் (Race) ;
    3. சாதி (Caste) ;
    4. பாலினம் (Sex) ;
    5. மரபு (Descent) ;
    6. பிறப்பிடம் (Place of birth)

ஆகியவற்றின் அடிப்படையிலான வேறுபாட்டை இந்திய அரசியலமைப்புச் சட்டப் பிரிவு 16(2) தடை செய்கிறது.

5. ஊதிய விகிதங்கள் :

    ஊழியர்கள் பணி ஓய்வு வயது 60 வரையில் தொடர்ந்து பணியாற்றி வரும்போது, அவர்களது ஊதிய விகிதங்களை வயது 58 முதல் 60 வயதுக்கு உட்பட்ட காலத்திற்குக் குறைத்தல் கூடாது. இரண்டுவிதமான ஊதிய விகிதங்கள் இருக்கமுடியாது. பணி ஓய்வு வயது வரையில் பணியாற்றுவதற்கு ஒருவித ஊதிய விகிதமும், வயது 58 முதல் 60 வரையில் பணியாற்றுவதற்கு ஒருவித ஊதிய விகிதமும் இருத்தல் கூடாது. ஓய்வூதியம் என்பது ஊக்கத் தொகையல்ல. நீண்டகாலப் பணிக்காக, கடினமாக உழைத்துப் பெறப்படும் பயனாகும். அதனால் அந்த உரிமையைத் தட்டிப் பறித்தல் கூடாது. - Grid Corporation of Orissa V. Rasananda Das, AIR 2003 SC 4599 : (2003) 10 SCC 297.

6. குறைந்தபட்ச மதிப்பெண் தகுதி (Qualifying minimum marks) :

    1. முதுகலை மருத்துவப் படிப்பில் (Post-Graduate medical courses) குறைந்தபட்ச மதிப்பெண் தகுதியைப் பட்டியல் மரபினர் மற்றும் இன்ன பிற (Scheduled castes etc) விண்ணப்பதாரர் களுக்கு அரசாங்கம் இல்லாமல் செய்தல் கூடாது. - Sadhana Devi V. State Uttar Pradesh, AIR 1997 SC 1120 : (1997) 3SCC 90 : 1997 All LJ 677.

    2. எனினும் முதுகலைப் பட்டப்படிப்பில் இடஒதுக்கீடு செய்வதால், அது திறமைக்கு விரோதமானதாகாது. - P.G. I.M.R. V.K.L. Narasimhan JT (1997) 6 SCC 283 : 1997 Lab IC 2317.

7. ஒரு பணியிடத்திற்கான இடஒதுக்கீடு (Reservation to single post)

ஒரே ஒரு பணியிடத்திற்கு (அது சுழற்சி முறையில் இருந்தால்கூட, 100% இடஒதுக்கீடு செல்லாததாகும். - P.G. I M.R. V.K.L. Narasimhan, (1997) 6 SCC 283 : 1997 SCC (L & S) 1449 : 1997 Lab 1C 2317.

8. எங்கு வேண்டுமானாலும் செல்ல எவரோடு வேண்டுமானாலும் வாழ உரிமை (Right to go anywhere and live with any person)

ஓர் ஆணும் ஒரு பெண்ணும் விரும்பினால் திருமணம் செய்து கொள்ளாமலே சேர்ந்து வாழலாம். இது ஒழுக்கக்கேடானது என்று இந்தச் சமுதாயம் நினைத்தால்கூட இது சட்டவிரோதமான தல்ல. நீதிநெறிக்கும் (Morality) சட்டத்திற்குமிடையில் வேறுபாடு உண்டு. - Payal Sharma alias kamla sharma alias Payal Kalara V. Superintendent, Nari Niketan Kalindri Vihar, Agra, AIR 2001 All 254.

உறுப்பு 17

பிரிவு 17, குடியுரிமைகள் பாதுகாப்புச் சட்டம், 1955 (Protection of civil Rights Act, 1955) -ஆல் நிறைவேற்றப்படுகிறது. இந்தச் சட்டத்திற்கு முந்தைய சட்டம், தீண்டாமை (குற்றங்கள்) சட்டம், 1955 (The Untouchability (offences) Act, 1955) என்னுந் தலைப்பில் இருந்தது.

பிரிவு 17-இன் தலையாய நோக்கம் யாதெனின், தீண்டாமை என்பது எந்த வடிவில் இருந்தாலும் அதனைத் தடைசெய்யவேண்டும் என்பதாகும். - Devarajiah V. Padmanna, AIR 1961 Mad 35, 39.

2. சென்னை வழக்கொன்றில் அறிவார்வமிக்க கேள்வி (acurious question) ஒன்று எழுந்தது. தீண்டாமையால் பாதிக்கப்பட்ட மக்களின் வாழ்க்கைத் தரத்தை மேம்படுத்த, நிலங்களை எடுத்து அதில் அந்த மக்களுக்குக் காலனி வீடுகளை அமைத்துக் கொடுக்க,

தமிழ்நாடு சட்டமன்றம் சட்டமியற்றியது. அவ்வாறு வீடுகளைக் கட்டிக் கொடுப்பதால் அப்போதும் அந்த மக்களைத் தனியே பிரித்து வைப்பதாகவே ஆகும். அதனால் அது இந்திய அரசியலமைப்புச் சட்டத்திற்கு இணக்கமானதாக இல்லை என்று வாதிடப்பட்டது. ஆனால் அந்த வாதம் ஏற்றுக்கொள்ளப்படவில்லை. Pavadai V. State of Tamil nadu, AIR 1973 Mad 458.

உறுபு 18

தேசிய விருதுகள் சிறப்புப் பட்டங்களல்ல (National awards, not titles)

பாரத் ரத்னா, பத்மவிபூஷன், பத்மபூஷன், மற்றும் பத்மஸ்ரீ என்றழைக்கப்படுபவைகள் தேசிய விருதுகளாகும். பிரிவு 18(1)-இன் படி சிறப்புப் பட்டங்களல்ல. அவைகளைப் பெயர்களுக்குப் பின்னோ அல்லது முன்னோ போட்டுக் கொள்ளக்கூடாது. அந்த விருதுகளை பெயர்களுக்கு முன்னோ, பின்னோ போட்டுக்கொண்டால், அந்த விருதுகளை அரசாங்கம் திரும்பப் பெற்றுக்கொள்ளும். - Balaji Raghavan V. Union of India, AIR 1996 SC 770 (Paragraphs 32, 35) 1 SCC 361.

உறுபு 19

1. நபர் ஒருவர் எய்ட்ஸ் (AIDS) நோயால் பாதிக்கப் டிருக்கும் போது அவரது இயக்கத்தைச் சட்டத்தால் தடைப்படுத்தலாம். Lucy v. state of Goa, AIR 1990 Bom 355 : 1990 M LJ 713, Paragraphs 7 - 8. (மாநிலச் சட்டமன்றத்தால் உருவாக்கப்பட்ட சட்டம்)

2. இறைச்சிக்காக வெட்டுதலுக்குத் தடை (Ban on slaughter) **:**

16 வயதுக்குக் கீழே உள்ள காளைகளை இறைச்சிக்காக வெட்டுவதைத் தடைசெய்தது நியாயமான காரணமாகும். ஆனால் காளைகளையே வெட்டக்கூடாது என்று தடைவிதிப்பது நியாயமான காரணமாகாது. - Hasmattulah V. State of Madhya pradesh, AIR 1996 SC 2076 : (1996) 4 SCC 391.

3. பந்த் (Bandh) **(கடையடைப்பு) :**

"பந்த்" என்பது அடிப்படை பேச்சுச் சுதந்திரம் (fundamental right of speech) ஆகாது.

"கடையடைப்பு" (பந்த்) என்பது குடிமக்களை எச்சரிக்கை செய்யும் ஒன்றாகும். வேலைக்குச் சென்றாலோ அல்லது கடையைத் திறந்தாலோ தடுக்கப்படுவீர்கள் என்று எச்சரிக்கை செய்யப்படுகிறது. இதனைச் சட்டமன்றம் சட்டமியற்றி தடுக்காதபோது, நீதிமன்றம் குறுக்கிட்டு வேலைக்குச் செல்லும் உரிமையையும் அல்லது படிக்கும் உரிமையையும் பாதுகாக்கும். - Communist party of India (M) v. Bharat kumar, AIR 1998 SC 184 : (1998) 1SCC 201 : (1998) 1 MLJ 99 (SC).

4. தண்டனைக் கைதிகள் (Convicts) :

பத்திரிகையாளர்கள் மற்றும் வீடியோகாரர்களுக்கு பேட்டி யளிக்கக் கைதி ஒருவர் தயாராக இருந்தால் அவரை அனுமதிக்கவும் அதற்கான வசதியை ஏற்படுத்தி கொடுக்கவும் செய்தல் வேண்டும்.

மரண தண்டனை அளிக்கப்பட்ட நபர் ஒருவர் இது சம்பந்த மானவற்றில் ஓர் இந்தியக் குடிமகனுக்குக் குறைவாகக் கருதப்படமாட்டார். M.Hasan V. Government of Andhra Pradesh, AIR 1998 AP 35.

5. ஒரு நிறுவனம் (Company) ஒரு குடிமகனாகாது. அதனால், பிரிவு 19(1) (9) - ஐ பயன்படுத்தமுடியாது. போதையூட்டும் பொருள் (intoxicants)களைத் தயாரிப்பது "வர்த்தகமோ (trade)" அல்லது தொழிலோ அல்ல. - Khoday Brewing & Distilling Industries Ltd., V. State of Tamil Nadu, AIR 1990 Mad 124.

6. நீதியரசர்களைப் பற்றி தவறான செய்தி (False news item about judges) :

பெட்ரோலியம் அமைச்சர் தனக்குள்ள ஒதுக்கீட்டில், உச்சநீதிமன்ற மூத்த நீதியரசர் ஒருவரின் இரு மகன்களுக்கும் மற்றும் உச்சநீதிமன்றத்தின் தலைமை நீதியரசரின் இருமகன்களுக்கும் பெட்ரோல் பங்க்குகளை (Petrol outlets) ஒதுக்கீடு செய்தார் என்று செய்தி வெளியிடப்பட்டது. அது பொய்ச் செய்தியாகும். அதனைச் சம்பந்தப்பட்ட பத்திரிகையின் ஆசிரியர் மற்றும்

வெளியீட்டாளர் ஆகியோர் ஒப்புக்கொண்டார்கள். அந்தச் செய்தி கவனக் குறைவாக வெளியிடப்பட்டது என்று அவர்கள் சொன்னார்கள். எனினும் அவர்கள் கவனமின்றி வெளியிட்டமைக்காக அந்தப் பொறுப்பினின்று தப்பிவிட முடியாது என்று நீதிமன்றம் தீர்ப்பளித்தது. தவறான செய்தியை வெளியிட்ட செய்தித்தாள் நிறுவனத்தினர் நீதிமன்றத்தில் முன்னிலையாகி மன்னிப்புக் கேட்டார்கள். நீதிமன்றம் அவர்களின் மன்னிப்பை ஏற்றுக்கொண்டு அவர்கள் எதிர்வரும் காலங்களில் மிகவும் கவனமாக செயற்பட வேண்டுமென்று எச்சரிக்கை செய்தது. Hari jai singh (in re), AIR 1997 SC 73; (1996) 6 SCC 466.

7. ஓர் அமைப்புக்கு எதிராக அதன் ஊழியர் கடிதம் எழுதுதல் (Letter by employee against the organisation):

பொதுத்துறை அமைப்பின் (Public Sector Organisation) ஊழியர் ஒருவர் கார்பரேசன் தலைமையால் தவறான முறையில் நிர்வாகஞ் செய்யப்பட்டு வருகிறது என்று குற்றஞ்சாட்டி ஆளுநருக்குக் கடிதம் ஒன்று எழுதினார். அதுபோன்ற ஊழியரைப் பணியிலிருந்து நீக்கலாம். அவர் அடிப்படை உரிமையின்கீழ் பாதுகாப்புக் கேட்க முடியாது. - M.H. Devendrappa V. Karnataka State Small Industries Development Corporation, AIR 1998 SC 1064; (1998) 3 SCC 732; (1998) 2 LLN 419.

8. அமைச்சர்கள்:

அமைச்சர்கள், அமைச்சர்கள் பதவியில் இருப்பதால் அவர்கள் ஒப்பந்தஞ் செய்வதினின்று தடுக்கலாம். - Vidadala Harinadhababu V. N.T. Ramarao, AIR 1990 AP 20, Paragraph 24 (FB).

9. பத்திரிகைத்துறை (Press):

உரிமையியல் மற்றும் குற்றவியல் அவதூறுக்கான பொதுச்சட்டப் பொறுப்படைவிலிருந்து பத்திரிகைத்துறை தடைக் காப்புறுதி பெறமுடியாது. - Printers Mysore V. Assistant Commercial Law Officer, JT (1994) 1 SC 692 : (1994) 2 SCC 434 : (1994) 53 DLT 662.

10. விலை நிர்ணயம் (Price fixation) :

விலையை முடிவு செய்வது சட்டச் செயலாகும். அதனால் அதனைப் பற்றி முன்னதாகக் கலந்தாலோசனை செய்ய வேண்டியதில்லை. H.S.K.V. Union of India, (1990) 4 SCC 516, paragraph 12 AIR 1990 SC 2128.

11. தெரிந்துகொள்வதற்கான உரிமை (Right to know) :

அரசின் செயற்பாடுகளைத் தெரிந்துகொள்வதற்கு ஒரு குடிமகனுக்கு உரிமையுண்டு. - L.K.Koolwal V. State of Rajasthan AIR 1988 Raj 2.

அரசாங்க விவகாரங்களைத் தெரிந்துகொள்வதற்கு குடிமக்களுக்கு உரிமையுண்டு. எனினும் அந்த உரிமை முழுமையானதல்ல. - Dine Trivedi V. Union of India, (1997) 4 306.

12. வியாபாரஞ் செய்வதற்கான உரிமை (Right to carry on business):

இந்திய அரசியலமைப்புச் சட்டம், பிரிவு 19(1)இன்கீழ் தெருவில் கூவி விற்பவர்களின் உரிமை. இவர்களது உரிமை பிரிவு 19(6)-இன்கீழ் நியாயமான வகையில் வரையறைக்கு உட்பட்டதாகும். கூவி விற்பவர்கள் (hawkers) குறுகலான சாலை, தடங்களில்லாத போக்குவரத்துப்பகுதி அல்லது நடந்து செல்பவர் களின் இயக்கத்தைத் தடுக்கும் வகையிலான இடங்கள், பாதுகாப்புக்காக ஒதுக்கப்பட்டிருக்கும் பகுதி, மருத்துவமனைப் பகுதி, வழிபாட்டிடம் ஆகியவற்றில் வியாபாரஞ் செய்ய அனுமதியில்லை. அரசியலமைப்புச் சட்டம், பிரிவு 21-இன்கீழ் இந்த வகையில் வியாபாரஞ் செய்வதற்கு, தெருவில் கூவி விற்பவர்கள் உரிமை கொண்டாட முடியாது. ஒரு குறிப்பிட்ட இடத்தில் விற்பனை செய்திடவும் அவர்கள் உரிமை கொண்டாட முடியாது.

13. தொழில் செய்யும் உரிமை (Right to practise profession)

சார்பதிவாளர் அலுவலகத்தின் சுற்றுச்சுவருக்கு உள்ளே இருக்கும் சொத்து அரசாங்கத்திற்குச் சொந்தமானதாகும்.

சார்பதிவாளர் அலுவலகத்தின் சுற்றுச்சுவருக்குள் ஆவண எழுத்தர் (Document writer) தமது ஆவணம் எழுதும் தொழிலைச் செய்யக்கூடாதென அரசாங்கம் அல்லது அதிகாரநிலையிலையினர் தடுக்கலாம். அவ்வாறு தடுப்பது இந்திய அரசியலமைப்புச்சட்டப்பிரிவு 19(1)(G)-இன் கீழ் தொழில் நடத்துவதற்கு உத்தரவாதமளிக்கப்பட்ட அடிப்படை உரிமையை மீறியதாகாது. - Inspector General of Registrations and stamps, Hyderabad V. Andhra pradesh state Document writers' Association AIR 2003 AP 193 : (2003) 4 Andh LD 141 : (2002) 3 Andh LT 245.

14. முழுவதுமாகத் தடை செய்தல் (Total Prohibition) **:**

உடலுக்குத் தீங்கு ஏற்படுத்தும் போதை மருந்துகள் தயாரிக்கப்படுவதை முழுவதும் தடைசெய்யலாம். - Pratap Pharma (P) Ltd v. Union of India, AIR 1997 SC 2648 ; (1997) 5 SCC 87 : (1997) 2 BLJR 1076.

Lakshmikant V. Union of India, (1997) 4 SCC 739.

உறுபு 20

1. பேசுவதற்கு எச்சரிக்கை செய்வது (Caution to speak) **:**

உண்மையைப் பேசு என்று எச்சரிக்கைக் கொடுப்பது அரசியலமைப்புச் சட்டத்திற்கு விரோதமானதாகாது. - Sampath kumar V. Enforcement Directorate, Madras, AIR 1998 SC 16 : (1997) 8 SCC 358.

2. சாட்சியாக இருப்பதற்குக் கட்டாயப்படுத்துதல் (Compulsion to be a witness) **:**

இந்திய அரசியலமைப்புச் சட்டம், பிரிவு 20(3) -இன் கீழான காப்புரிமையின்படி, சான்று பொருளை ஒப்படைக்கச் சொல்லி கட்டாயப்படுத்தவும், மாதிரி கையெழுத்து (Specimen writing), மாதிரி கையொப்பம் (Specimen Signature), விரல்ரேகை கொடுக்கவும், உடலைக் காண்பிக்கவும் மாதிரி இரத்தம் கொடுக்கவும் எதிரியைக்

கட்டாயப்படுத்துதல் கூடாது. பின்வருவன அது தொடர்பான வழக்குகளாகும்.

(1) Dastagir V. State of Madras, AIR 1960 SC 756 : (1960) : (1960) SC R 116 : 1960 Cri LJ 1159.

2. Ram Swarup V. State of Uttar Pradesh, AIR 1958 All 119, 126 : 1958 Cri LJ 134.

3. Palani, (in re), AIR 1955 Mad 495 : 56 Cri LJ 1197.

4. Subbiah V. Ramaswami, AIR 1970 Mad 85.

5. Pokar Singh V. State of Punjab AIR 1958 Punj 294 ; 1958 Cri LJ 1084.

உறுபு 21

1. எய்ட்ஸ்ம் வேலையும் (AIDS and employment) **:**

ஒரு நபரிடம் HIV Positive காணப்படுகிறது என்பதால் அவர் மருத்துவ ரீதியாகத் தகுதியற்றவர் என்று கூறி அவருக்கு வேலை கொடுப்பதை மறுக்கக்கூடாது. - MX of Bombay Indian Inhabitant v. M/s.Z7, AIR 1997 Bom 406.

2. குழந்தைமீது தாக்குதல் (Assault on child) **:**

நிலக்கிழார் (Landlord) கட்டளையிட்டதன்பேரில், காவல்துறை அதிகாரிகள் “கே” என்ற வாடகைக்குக் குடியிருக்கும் பெண்ணையும், “என்” என்ற அவளது குழந்தையையும் அடித்துத் துவைத்தார்கள். குழந்தைக்கு ஏற்பட்ட காயங்கள் காரணமாக, குழந்தை இறந்துவிட்டது. தில்லி நிர்வாகத்திடமிருந்து (Delhi Administration), அந்தக் குழந்தையின் தாய் இழப்பீடு பெறுவதற்கு உரிமையுடையவள் என்று தீர்ப்பிடப்பட்டது. அந்த இழப்பீட்டில் பின்வருவன அடங்கும்.

1. மனவலிக்கான ஆறுதல் தொகை (Solatium for mental pain);

2. வேதனை மற்றும் அவமதிப்புக்கான ஆறுதல் தொகை (Solatium for distress and indignity) ;

3. உரிமை இழப்புக்கான இழப்பீடுகள் (Damages for loss of liberty);

4. மரணத்திற்கான இழப்பீடுகள் (Damages for death).

புலமை வேங்கடாசலம்

குழந்தையைத் தாக்கிய காவல்துறை அதிகாரியிடமிருந்து இந்தத் தொகையை வசூலித்துக் கொடுத்திட நீதிமன்றம், தில்லி நிர்வாகத்திற்கு உத்தரவிட்டது. - Saheli V. Commissioner of Police, AIR 1990 SC 513 : (1990) 1 SCC 422 : 1990 SCC (Cri) 145.

3. பிணை (ஜாமீன், Bail) :

நபர் ஒருவர் ஏழையாக இருக்கும்நிலையிலும் அவர் தப்பித்துச் செல்லமாட்டார் என்ற சூழ்நிலையிலும், அவரைப் பிணையாளர் இல்லாமல் (without surety) சொந்தப் பிணையில் (சொந்த ஜாமீனில்) விடுவிக்கலாம். Hussaimara v. Home Secretary, state of Bihar, AIR 1979 SC 1360 : (1980) 1 SCC 93 : 1980 SCC (Cri) 35 : 1979 Cri LJ 1036.

4. அழகிப் போட்டி (Beauty Contests) :

அழகிப் போட்டியை நடத்துவதென்பது உண்மையான நடைமுறையில் இருத்தல் வேண்டும். அது பெண்களை இழிவுப் படுத்தும் வகையில் அநாகரீகமான வகையில் நடத்தப்பட்டால், அது Indecent Representation of women Act 1986-இன்படியும், இந்திய அரசியலமைப்புச் சட்டப், பிரிவு 21-இன் படியும் குற்றமாகும். - Chandra Raj - Kumari V. Police Commissioner, Hyderabad, AIR AP 302.

5. குழந்தைக் குற்றவாளிகள் (Child offenders) :

குழந்தைக் குற்றவாளிகள், வழக்கு விசாரணையை விரைவாக விசாரித்து முடித்திட வேண்டுகோள் வைப்பதற்கு உரிமை உடையவர்களாவார்கள். - Sheela Barse V. Union of India, AIR 1986 SC 1773 : (1986) 3 SCC 596 ; 1986 SCC (Cri) 337 Paragraph 12.

6. இழப்பீடு (Compensation) :

1. இழப்பீடு வழங்குவதற்கான முதல் வழக்கு , Rudul Shah V. State of Bihar, AIR 1983 SC 1086 : (1983) 4 SCC 141 : 1983 Cri LJ 1644 - ஆகும். இதில் நீதிப்பேராணை நீதிமன்றம் (writ court)

இழப்பீடு அளிக்க உத்தரவிட்டது. - Sebastian Hongray V. Union of India, AIR 1984 SC 571 : (1984) 1 SCC 339 : 1984 Cri LJ 289 : Bhim Singh V. State of Jammu & Kashmir, AIR 1986 SC 494. வழக்கிலும் மேற்சொல்லப்பட்ட வழக்கைப்போன்று இழப்பீட்டுக்கான உத்தரவு வழங்கப்பட்டது.

2. அரசியலமைப்புச் சட்ட ரீதியான தீங்குகளுக்காக (Constitutional torts) இந்தியா மட்டும் இழப்பீட்டுக்கான உத்தரவை வழங்கவில்லை. இதுபோன்ற இழப்பீட்டுக்கான உத்தரவை நீண்டகாலமாக ஐக்கிய அமெரிக்க நாடு பிறப்பித்து வருகிறது காண்க: J.C. லவ், "இழப்பீடு", அரசியலமைப்புச் சட்டத்தின்கீழ் வழங்கப்பட்ட உரிமைகளை மீறியதற்காக வழங்கப்படும் ஒரு பரிகாரமாகும். (1979) 67 California Law Rev 1242.

இதுபோன்ற இழப்பீடு கனடாவிலும் வழங்கப்படுகிறது.

7. கொடூரத் தண்டனை (Cruel Punishment) :

கொடிய வகையில் (Cruel) அல்லது சித்திரவதை செய்யும் வகையில் (torturesome) கொடுக்கப்படும் தண்டனை, அரசியலமைப்புச் சட்டத்திற்கு விரோதமானதாகும். - Inderjeet V. State of Uttar Pradesh, AIR 1979 SC 1867 : (1979) 4 SCC 246 : 1979 Cri LJ 1410.

8. காவல் வைப்பில் மரணம் (Custodial death) :

நபர் ஒருவர் காவலில் வைக்கப்பட்டிருக்கும்போது இறந்து போனால், நீதிப்பேராணை நீதிமன்றம் (writ court) இழப்பீடு வழங்க உத்தரவிடலாம்.

காவல் வைப்பின்போது மரணம் (Custodial death) என்பது, நாகரிக சமுதாயத்தில் மிகவும் மோசமான குற்றமாகும். D.K.Basu V. State of West Bengal, AIR 1997 SC 610 Paragraph 36 : (1997) 1 SCC 416 : 1997 SCC (Cri) 92.

9. மரண தண்டனை கட்டாயமானதாகும் (Death sentence : Mandatory) :

சிறையில் ஆயுள் தண்டனையை அனுபவித்துக் கொண்டிருக்கும் ஆயுள் தண்டனை கைதி சிறையில் மற்றொரு கொலை செய்திருக்கும்போது, அவருக்கு இ.த.ச. பிரிவு 303-இன் கீழ் கட்டாய மரண தண்டனையளிப்பது அரசியலமைப்புச் சட்டத்திற்கு விரோதமானதாகும். - Mithu V. State of Punjab, AIR 1983 SC 473, Paragraphs 23 - 25 : (1983) 2 SCC 277 : 1983 SCC (Cri) 405.

10. கடனாளி (Debtor) :

போதிய அளவுக்கு வசதிவாய்ப்பிருந்தும் கடனை வேண்டுமென்றே திருப்பிச் செலுத்த மறுக்கும் தீர்ப்புக் கடனாளியை (Judgment debtor) உரிமையியல் சிறையில் அடைக்கலாம். - Jolly verghese v. Bank of Cochin, AIR 1980 SC 470, paragraph 10 : (1980) 2 SCC 360 : (1980) 2 SCR 913.

11. வழக்கு விசாரணையைத் தாமதப்படுத்துதல் (Delay in bringing to trial) :

எதிரி (accused) தவறு எதுவும் செய்திருக்காதபோது, வழக்கு விசாரணையைத் தாமதப்படுத்துவதும், எதிரி விடுதலை செய்யப் பட்டிருப்பதை எதிர்த்து மேல்முறையீடு செய்வதும், இந்திய அரசியலமைப்புச் சட்டப் பிரிவு 21-ஐ மீறுவதாகும்.
1. State of Maharashtra V. Champalal, AIR 1981 SC 1675, Paragraph 2 : (1981) 3 SCC 610 : 1981 SCC (Cri) 762.
2. State of Rajasthan V. Sukhpal, AIR 1984 SC 207 : (1983) 1SCC 393 : 1983 SCC (Cri) 21.
3. Rudul shah V. State of Bihar, AIR 1983 SC 1086 : (1983) 2 SCC 344 : 1983 Cri LJ 803.

12. மரண தண்டனையை நிறைவேற்றுவதில் காலதாமதம் (Delay in execution) :

மரண தண்டனையை நிறைவேற்றுவதில் நியாயமற்ற வகையில் காலதாமதத்தை ஏற்படுத்துவது. பிரிவு 21-ஐ

மீறுவதாகும். Sher singh V. State of Punjab, AIR 1983 SC 465.
Paragraph 13, 16 and 19 (1983) 2 SCC 344 : 1983 Cri LJ 803.

13. நியாயமான விசாரணை (Fair trial) :

நியாயமான வகையில் வழக்கு விசாரணை செய்யப்படுவ தென்பது நீதிமுறையால் வகுத்தமைக்கப்பட்ட ஒன்றாகும். - Police commr., Delhi V. Registrar Delhi High Court, AIR 1997 SC 95 : (1996) 6 SCC 323 : 1996 SCC (Cri) 1325 Paragraph (15, 23).

14. கைக்கு விலங்கிடுதல் (Handcuffing) :

எதிரிகளுக்கு எப்படிப்பட்ட சூழ்நிலைகளில் கைக்கு விலங்கிடுதல் வேண்டும் என்பதற்கான விதிகளை அல்லது வழிகாட்டுதல்களை மத்திய அரசாங்கம் உருவாக்க வேண்டுமென்று இந்திய உச்சநீதிமன்றம் கட்டளையிட்டுள்ளது.

1. Prem shanker shukla V. Delhi Administration, AIR 1980 SC 1535.
2. Altemesh Rein V. Union of India, AIR 1988 SC 1768 : (1988) 4 SCC 54 1988 SCC (Cri) 900.
3. Citizens for Democracy V. State of Assam, AIR 1996 SC 2193.
4. Charles Shobhraj V. Superintendent Central Jail, AIR 1978 SC 1514 ; (1978, Cri LJ 1534.
5. T.Vatheeswaran V. State of Tamil Nadu, AIR 1983 SC 361 (2) : (1983) Cri LJ 482 : (1983) 2 SCC 68.

கைவிலங்கை விதிவிலக்கான சூழ்நிலைகளில் (extraordinary circumstances) போடுவதற்கு மட்டுமே அனுமதிக்கப்பட்டுள்ளது.
- Sunil V. State of Madhya Pradesh, (1990) 3 SCC 119 ; 1990 SCC (cri) 440.

15. சட்ட விரோதமாகத் தடுத்து வைத்தல் (Illegal detention) :

பெண்ணை சட்ட விரோதமாகத் தடுத்து வைத்திருந்தமைக்காக, சென்னை வழக்கொன்றில், அந்தப் பெண்ணுக்குத் தமிழ்நாடு மாநில அரசாங்கம் ரூ.50,000/- இழப்பீடு வழங்க வேண்டுமென்று உத்தரவிட்டது. - Meera V. State of Tamil Nadu, (1991) Cri LJ 2395 (Mad).

16. மனிதாபிமானமற்ற வகையில் நடத்துதல் (Inhuman treatment):

தில்லி வழக்கொன்றில், உயர்நீதிமன்றம் நபர் ஒருவர் காவல்துறையினரால் மனிதாபிமானமற்ற முறையில் மிகவும் மோசமாக நடத்தப்பட்டுச் சாகடிக்கப்பட்டார் என்று முடிவு செய்து, அவருக்கு மரணத்தை ஏற்படுத்திய காவல்துறையினர் இழப்பீடு வழங்க வேண்டுமென்று உத்தரவிட்டது. - P.V. Kapoor V. Union of India, (1992) Cri LJ 140 (Del).

17. பித்து நிலையர் (Insane person):

நபர் ஒருவரைப் பைத்தியம் என்று அறிவித்தப் பிறகு அவரைச் சிறையில் அடைத்து வைப்பது, அரசியலமைப்புச் சட்டத்திற்கு விரோதமானதாகும். Veena V. State of Bihar, AIR 1983 SC 339; (1982) 2 SCC ; 1982 SCC (Cri) 511.

18. சட்ட உதவி (Legal Aid):

நபர் ஒருவர் சிறைத்தண்டனை விதித்துத் தண்டிக்கப்படும் குற்றத்தைச் செய்திருக்கும்போது, அவர் ஏழையாக இருந்தால் அவர் இலவசமாகச் சட்ட உதவியைப் பெறுவதற்கு உரிமையுடைய வராவார். மற்றும் அவருக்கு இலவசமாக வழக்கறிஞரையும் நியமித்துக் கொடுக்க வேண்டும். அவருக்காக நியமித்துக் கொடுக்கப்பட்ட வழக்கறிஞர் எதிரியின் தரப்பில் வழக்கைத் தயாரித்துக் கொள்வதற்குப் போதிய அளவுக்குக் கால அவகாசம் கொடுத்தல் வேண்டும். அவ்வாறு கால அவகாசம் அளிக்காமல் எதிரியைத் தண்டித்தால் அந்தத் தண்டனை செல்லுபடியாகாது.

1. Hussainar, V. Home Secretary, State of Bihar, AIR 1979 SC 1377 : (1980) 1 SCC 108 : 1980 SCC (Cri) 50 : 1980 MLJ (Cri) 93.

2. Khatri V. State of Bihar, AIR 1981 SC 928 : (1981) 1 SCC 627 : 1981 SCC (Cri) 228.

3. Suk Das V. Union Territory of Arunachal Pradesh, AIR 1986 SC 99.

4. Ranchod V. State of Gujarat, AIR 1974 SC 1143 : (1974) 3 SCC 581 : 1974 Cri LJ 799.

5. M.H. Hoskot V. State of Maharastra, AIR 1978 SC 1548 : (1978) Cri LJ 1678 : (1978) 3 SCC 544.

19. வாழ்க்கைத் தொழில் (Livelihood) :

வாழ்க்கைத் தொழில் என்பது வாழ்வுரிமையுடன் பின்னிப் பிணைந்த ஓர் உரிமையாகும். - Narendra Kumar V. State of Haryana JT (1994) 2 SC 94 : (1994) 4 SCC 460 : 1994 SCC (L&S) 882 : (1994) 68 FLR 1995 SC 519.

20. அரசாங்க மருத்துவமனைகளில் மருத்துவ உதவி (Medical aid in Government Hospitals) :

மருத்துவ உதவித் தேவைப்படும் நோயாளிக்கு தக்க நேரத்தில் அரசாங்க மருத்துவமனை மருத்துவ சிகிச்சையை அளிக்கத் தவறியிருக்கும்போது, அது வாழ்வுரிமையை மீறிய செயலாகும்.

1. Paschim Bengal Khet Mazdoor Society V. State of West Bengal, AIR 1996 SC 2426 Paragraphs 9, 15, 16.

2. Parmanand Katara V. Union of India, AIR 1989 SC 2039 ; (1990) Cri LJ 671 ; (1989) 4 SCC 286 ; 1989 SCC (Cri) 721.

21. குறைந்தபட்சத் தண்டனை (Minimum Punishment)

சமூக விரோத குற்றங்களுக்காகச் சட்டத்தில் குறைந்தபட்சத் தண்டனைக்கு வழிவகை செய்து சட்டமியற்றியது. அரசியலமைப்புச் சட்டத்திற்கு விரோதமானதாகாது. - Inderjeet V. State of Uttar Pradesh, AIR 1979 SC 1867 : (1979) 4 SCC 246 (உணவுக் கலப்படம்)

22. இயற்கை நீதி (Natural Justice) :

இந்திய அரசியலமைப்புச் சட்டப்பிரிவு 21-இல் இயற்கை நீதி (Natural Justice) உள்ளடங்கி உள்ளது.

1. Menaka Gandhi V. Union of India, AIR 1978 SC 597, Paragraph 56 : (1978) 1 SCC 597 : (1978) 2 SCR 621.

2. Sunil Batra v. Delhi Administration, AIR 1978 SC 1675 : (1978) 4 SCC 494 : 1978 Cri LJ 1741.

3. Hussainara V. Home Secretary, State of Bihar, AIR 1979 SC 1369 : (1980) 1 SCC 98 : 1979 Cri LJ 1045.

4. State of Maharashtra v. Champalal, AIR 1981 SC 1675 : (1981) 3 SCC 610 : 1981 Cri LJ 1273.

5. Olga Tellis V. Bombay Municipal Corporation, AIR 1986 SC 180, Paragraph 31 : (1985) 3 SCC 545.

23. கடவுச் சீட்டு (பாஸ்போர்ட்டு) (Pass-port) :

இந்தியக் குடிமகன் ஒருவரின் கடவுச்சீட்டை காலவரையறையற்ற நிலையில் முடக்கி வைக்க முடியாது. - Menaka Gandhi V. Union of India, AIR 1978 SC 597. Paragraph 68, 84, 135, 143 : (1978) 1 SCC 248 : (1978) 2 SCR 621.

24. காவல்துறை அராஜகங்கள் (Police atrocities)

People's Union for Democratic Rights V. Police Commissioner, (1989) 4 SCC 730 என்ற வழக்கில், இந்திய அரசியலமைப்புச் சட்டப்பிரிவு 32-இன்கீழ் காவல்துறை அராஜகங்களால் பாதிக்கப் பட்டவர்களுக்கு இழப்பீடு வழங்க வேண்டுமென உத்தரவிடப்பட்டது.

25. கைதிகளின் வகைப்பாடு :

சிறைவிதிகளின்படி, சாதாரண கைதிகள் (Ordinary prisoners); அபாயகரமான கைதிகள் (Dangerous prisoners); மரண தண்டனை கைதிகள் (death sentence prisoners) ஆகியோரைத் தனித்தனியே பிரித்து வைத்தது செல்லுபடியாகும். - Charles Sobhraj V. Superintendent, Tihar Jail, AIR 1978 SC 1514 : (1978) 4 SCC 104.

26. கைதிகளின் பேட்டி (Prisoners : Interview) :

இந்திய அரசியலமைப்புச் சட்டப் பிரிவு 21 அனுமதிக்கும் அளவு வரையில், பொது உணர்வின் அடிப்படையில், கைதிகள் பேட்டி

கொடுப்பதை அனுமதிக்கலாம். ஆனால் அந்தப் பேட்டி சில வரையறைகளுக்கு உட்பட்டதாகும். நீதிமுறையை விமர்சிப்பதாக இருத்தல் கூடாது. கைதிகளின் பேட்டியை ஒலிநாடாவில் பதிவு செய்திட சிறப்பு அனுமதியைப் பெறுதல் வேண்டும்.

1. Prabha Dutt V. Union of India, (1982) 1 SCC 1 : (1982) Cri LJ 148 : AIR 1982 SC 6.

2. Sheela Barse V. State of Maharashtra, AIR 1983 SC 378 : (1983) 2 SCC 96 : Cri LJ 642.

27. கைதிகள் சித்திரவதை செய்யப்படுதல் (Prisoners : Torture) :

விசாரணைக் கைதிகள் அல்லது தண்டனைக் கைதிகளை உடல் ரீதியாகவோ அல்லது உள்ளத்தின் வழியதாகவோ சித்திரவதை செய்தல் கூடாது.

1. நீதிமன்றத்தால் அளிக்கப்படாத தண்டனைகளுக்கு கைதிகளை உட்படுத்துதல் கூடாது.

2. கைதிகளுக்குத் தேவையான ஒழுங்கு கட்டுப்பாட்டுக்கு (discipline) மேற்பட்ட நிலையில் கைதிகள் மீது ஒழுங்கு கட்டுப்பாட்டைத் திணிக்கக் கூடாது.

3. மனிதத்தன்மையிலிருந்து இழிவுப்படுத்தக் கூடாது.

1. Sunil Batra v. Delhi Administration, AIR 1978 SC 1675 : (1678) 4 SCC 494 : 1978 Cri LJ 1741.

2. Sita Ram V. State of Uttar Pradesh AIR 1979 SC 745 : (1979) 2 SCC 656 : 1979 Cri LJ 659.

3. Javed V. State of Maharashtra, AIR 1985 SC 231, Paragraph 4 : (1985) 1 SCC 275 : 1984 SCC (Cri) 653.

4. Sher Singh V. State of Punjab, AIR 1983 SC 465 : (1983) 2 SCC 344 : 1983 Cri LJ 803.

28. கைதிகளைச் சட்ட விரோதமாகக் காவலில் வைத்திருத்தல் :

கைதி ஒருவர் ஒரு குற்றந் தொடர்பாக, அதற்கென்று விதிக்கப்பட்ட அதிகப்பட்ச தண்டனையான 8 ஆண்டுகள் சிறையில் இருந்திருக்கும்போது, அவரை மேற்கொண்டு சிறையில் இருத்தி வைத்தல் கூடாது. - Rama Dass Ram V. State of Bihar, AIR 1987 SC 1333 ; (1987) Cri LJ 1055 : (1987) Supp SCC 143.

29. அந்தரங்கம் (Privacy) **:**

அந்தரங்க உரிமை என்பது, பிரிவு 21-இன் ஒரு பகுதியாகும். - Govind V. State of Madhya Pradesh, AIR 1975 SC 1378 : (1975) 2 SCC 148 : 1975 Cri LJ 1111.

30. வேசித்தொழில் (Prostitution) **:**

வேசித் தொழிலில் ஈடுபட்டுள்ளவர்கள் கல்வியறிவு பெற வாய்ப்பளிப்பதுடன், அவர்கள் தம்மை சீரமைத்துக்கொள்வதற்கு வசதியை ஏற்படுத்தித் தரவேண்டுமென்று உச்சநீதிமன்றம் வலியுறுத்தியுள்ளது. - Gaurav Jain V. Union of India, AIR 1997 SC 3021 (3035, 3036) : (1997) 8 SCC 114.

31. பொதுவிடத்தில் தூக்கிலிடுதல் (Public hanging) **:**

மரணதண்டனையை நிறைவேற்றும் பொருட்டு பொதுவிடத்தில் தூக்கிலிடுவது, அரசியலமைப்புச் சட்டப்பிரிவு 21-ஐ மீறிய செயலாகும். - Attorney General of India V. Lachma Devi, AIR 1986 SC 467 : 1986 Cri LJ 364.

32. சாவதற்கு உரிமை (Right to die) **:**

தற்கொலை முயற்சிக்குத் தண்டனையளிப்பது அரசியலமைப்புச் சட்டப் பிரிவு 21-க்கு முரணானதாகாது. Gian Kaur V. State of Punjab AIR 1996 SC 1257, Paragraphs 19, 21, 22, 27, 31, 41, 42 : (1996) 2 SCC 648 : 1996 SCC (Cri) 374.

33. குற்றத்தை ஒப்புக்கொள்ளுதல் (Plea of guilty) **:**

எதிரி குற்றத்தை ஒப்புக்கொண்டதன்பேரில் தண்டிக்கப் பட்டிருக்கும்போது, மேல்முறையீட்டில் அல்லது சீராய்வில் எதிரியின்

தரப்பு வாதத்தை எடுத்துரைக்க மீண்டுமொரு வாய்ப்பு அளிக்காதநிலையில், முன்னர் வழங்கப்பட்ட தண்டனையைவிட கூடுதல் தண்டனையை வழங்குதல் கூடாது. Thippeswamy V. State of Karnataka, AIR 1983 SC 747 ; (1983) 1 SCC 194 : 1983 Cri LJ 1271.

34. பாலியல் பலாத்காரம் (Sexual harassment)

வேலை செய்யுமிடத்தில் பாலியல் பலாத்காரம் செய்வது, அரசியலமைப்புச் சட்டப் பிரிவுகள் 15 மற்றும் 21-ஐ மீறுவதாகும். (இது சம்பந்தமாக நீதிமன்றம் விவரமான உத்தரவைப் பிறப்பித்துள்ளது. இது தொடர்பாகப் பொருத்தமான சட்டம் இயற்றப்படுகின்ற வரையில், நீதிமன்றம் பிறப்பித்துள்ள உத்தரவை, பொதுத்துறை நிறுவன பணியாண்மையரும் தனியார் துறை நிறுவன பணியாண்மையரும் பின்பற்றுதல் வேண்டும்) - Vishakha V. State of Rajasthan, AIR 1997 SC 3011 : (1997) 6 SCC 241 : 1997 SCC (Cri) 932.

35. பொதுவிடத்தில் புகைபிடித்தல் (Smoking in Public place) :

புகை பிடித்தவர்களை மாசுபடிந்த காற்றைச் சுவாசிக்கும் நபர்களாக ஆக்குவது அர்த்தமற்றதாகும். - Murali s. Deora V. Union of India, AIR 2002 SC 40 : (2001) 8 SCC 765.

36. தனிமைச் சிறை (Solitary confinement) :

தனிமைச் சிறை என்பது, அரசியலமைப்புச் சட்டப் பிரிவு 21-இன்கீழ் உத்தரவாதமளிக்கப்பட்ட அடிப்படை உரிமையை மீறுவதாகும். - Sunil Batra V. Delhi Administration, AIR 1978 SC 1675 ; (1978) Cr LJ 1741 : (1978) 4 SCC 494.

37. துரித விசாரணை (Speedy trial) :

துரித விசாரணைக்கு வழிவகை செய்யாத நடைமுறைச் சட்டம் (Procedural law) செல்லா நிலையதாகும்.

1. Sher Singh V. State Punjab, AIR 1983 SC 465 : (1963) 2 SCC 344 : (1983) Cri LJ 803 (மரண தண்டனை நிறைவேற்றத்தில் காலதாமதம்)

2. Hussainara V. Home Secretary State of Bihar, AIR 1979 SC 1360 : (1980) 1 SCC 81 : 1979 Cri LJ 1036.

38. தண்ணீர் (Water) :

தூய்மையான தண்ணீரை அனுபவிக்கும் உரிமை, அரசியலமைப்புச் சட்டப்பிரிவு 21-இன் கீழான வாழ்வுரிமையாகும். - B.L. Wadhera V. Union of India, AIR 1996 SC 2969 : (1996) 2 SCC 594.

உறுப்பு 22

இந்திய அரசியலமைப்புச் சட்டப்பிரிவுகள் 22(1), 22(2)-இல் (arrest) கைது மற்றும் 'தடுப்புக் காவல் (detention)' என்று குறிக்கப்பெறுவது உரிமையியல் கைதை (Civil arrest) உள்ளடக்காது.

1. Madhu Limaye (in re), AIR 1969 SC 1014, 1019 : (1969) 1 SCC 292 : 1969 Cri LJ 1440.

2. Collector of Malabar V. Hajee, (1957) SCR 970 : AIR 1957 SC 688 : (1957) 32 ITR 124.

3. State of Uttar Pradesh V. Abdul samad, AIR 1962 SC 1506 : 1962 Supp (3) SCR 915.

4. State of Punjab V. Ajaib Singh, (1953) SCR 254 : AIR 1953 AC 10 : 1953 Cri LJL 180

2. கைதுக்கான காரணங்கள் பற்றிய தகவல் (Information about grounds of arrest) :

கைதுக்கான காரணங்கள் பற்றிய தகவல் கூறு (1)-இன்கீழ் கட்டாயமானதாகும்.

1. Gopalan V. state of Madras, (1950) SCR 88 : AIR 1950 SC 27 : (1950) 1 MLJ 42.

2. Hansmukh V. State of Gujarat, AIR 1981 SC 28 : (1981) 2 SCC 175 : (1981) 1SCR 353.

3. மொழி (Language) **:**

தடுப்புக் காவலில் வைக்கப்பட்டவருக்குத் தடுப்புக் காவலில் வைக்கபபட்டதற்கான காரணங்களை அவரது மொழியில் கொடுத்திருக்கும்போது, உத்தரவு அவரது மொழியிலேயே இல்லை என்பது தவறானதாகாது. - Kubic V. Union of India, (1990) 2 SCJ 132, paragraphs 11 and 14 : AIR 1990 SC 605 : (1990) 1 SCC 568.

4. அருகாமையிலுள்ள நடுவர் முன்னர் ஒப்படைக்க வேண்டும் (Production before the nearest Magistrate) **:**

எதிரியை மிகவும் அருகாமையிலுள்ள நடுவரிடம் ஒப்படைப்பது கட்டாயமானதாகும். - State of Uttar Pradesh V. Abdul Samad, AIR 1962 SC 1506 : 1962 supp (3) SCR 915 : (1962) 2 Cri LJ 499. குற்ற விசாரணைமுறைச் சட்டப் பிரிவு 57-யுடன் ஒப்பிடுக.

5. வழக்கறிஞரிடம் ஆலோசனைப் பெறுவதும் தனது விருப்பப்படி வழக்கறிஞர் ஒருவரை நியமித்துக்கொண்டு அவர்மூலம் வழக்கு நடத்துவதுமான உரிமை

இது கட்டாயமானதாகும். Gopalan V. State of Madras, (1950) SCR 88 : AIR 1950 SC 27 : (1950) 2 MLJ 42.

உறுபு 23

1. குழந்தைத் தொழிலாளர்களைப் பற்றி உச்சநீதிமன்றம் விரிவான வழிகாட்டுதல்களைப் பிறப்பித்திருக்கிறது. குழந்தைத் தொழிலாளர்களை மிகவும் ஆபத்தான வேலையில் ஈடுபடுத்தல் கூடாது. குழந்தைத் தொழிலாளர்கள் மறுவாழ்வுக்கு நலநிதியத்தை ஏற்படுத்துதல் வேண்டும். அதில் குற்றஞ்சாட்டப்பட்ட பணியாண்மையர் (offending employer) ரூ.20,000/-ஐ வைப்பீடு (deposit) செய்யவேண்டும். அந்தக் குழந்தையின் குடும்பத்தில் வயதுவந்தவருக்கு வேலை கொடுத்தல் வேண்டும். - M.C. Mehta V. State 0f Tamil Nadu, AIR 1997 SC 699 : (1996) 6 SCC 756.

அடிப்படை கடமைகளும் அதனை அமல்படுத்துதலும் (Fundamental duties and their enforcement) :

அடிப்படை கடமைகளுக்கான வகைங்யகளை நீதிப் பேராணைகளால் (Writs) கட்டாயப்படுத்தமுடியாது. அதனை அரசியலமைப்பு முறையில் மேம்மையுற மட்டுமே செய்யமுடியும்.

1. Mumbai Kamgar sabha V. Abdulbai, AIR 1976 SC 1455 : (1976) 3 SCC 832 : (1976) 2 LLJ 186.

2. Surya v. Union of India, AIR 1982 Raj 1I

3. Head Masters V . Union of India AIR 1983 Cal 448.

4. Dasarathi V. State of Andhra Pradesh, AIR 136.

நடைமுறை விதி (Code of conduct) :

நடைமுறை விதிக்குச் சட்டத்திற்குள்ள வலிமை கிடையாது.
- Vidadala Harinadha babu V. N.T. Ramarao, AIR 1990 AP 20 (FB).

உறுப்பு 105

கூறு (1) நாடாளுமன்றத்தில் பேச்சுச் சுதந்திரத்தை அளிக்கிறது. எனினும் அது இந்திய அரசியலமைப்புச் சட்டத்தின் வகையங்களுக்கும் நாடாளுமன்றத்தின் விதிகள் மற்றும் நிலையாணைகளுக்கும் (Rules and standing orders of parliament) உட்பட்டதாகும்.

காண்க : அரசியலமைப்புச் சட்டப் பிரிவுகள் 118, 121, 208, 211.

Sharma V. Sri Krishna, AIR 1959 SC 395, 409 supp (1) SCR 806 ; (1959) 2 MLJ (SC) 125.

உறுப்பு 124
நீதியரசர்கள் நியமனம்
(Appointment of Judge)

நீதியரசர்கள் நியமனத்தில், தேவையான கலந்தாலோசனை முறையைக் (Norms and requirements process)

கடைபிடிக்காமல் தலைமை நீதியரசரால் செய்யப்படும் பரிந்துரைக்கு மத்திய அரசாங்கம் கட்டுப்பட்டதல்ல என்று உச்சநீதிமன்றத்தின் ஒன்பது நீதியரசர்கள் அடங்கிய ஆயம் (Nine Judges Bench of the Supreme Court) In re presidential Refernce, AIR 1999 SC 1-இல் தீர்ப்பு வழங்கியுள்ளது.

உறுபு 129
வருமானவரி தீர்ப்பாயம்
(Income-tax tribunal)

வருமானவரி மேல்முறையீட்டுத் தீர்ப்பாயத்தை அவமதித்ததற்காக உச்சநீதிமன்றம் (Supreme Court) தண்டனை வழங்குவதற்கு அதிகாரமுடையதாகும். வருமானவரி தீர்ப்பாயம் என்பது ஒரு தேசிய தீர்ப்பாயம் (National Tribunal) ஆகும். I.T. Appellate Tribunal V. V.K. Agarwal, AIR 1999 SC 452 : (1999) 2 SCC 452: 1999 SCC (Cri) 252 : 1999 Cri LJ 1443.

குற்ற விசாரணைமுறைச் சட்டத் தீர்ப்புகள்

குற்ற விசாரணைமுறைச் சட்டம் (2/197) பிரிவு 98 - கடத்தப்பட்ட பெண்ணைத் திரும்ப ஒப்படைத்தல் - ஆணை - சட்டப்படியானதா? கடத்தப்பட்ட பெண் வயதுவந்தவர்; அவர் தானாக வீட்டை விட்டு வெளியேறி அவர் விருப்பப்படி எதிரியை மணந்து கொண்டார் - அந்தப் பெண்ணின் வயதை உறுதிசெய்து கொள்ளாததோடு, அந்தப் பெண்ணின் மனத்தில் உள்ளதைப் பேசுவதற்கும் வாய்ப்பளிக்காது, அந்தப் பெண்ணை அந்தப் பெண்ணின் தாயுடன் அனுப்பி வைத்திட நடுவர் ஆணை பிறப்பித்தார் - நடுவர் மனச்சாய்வான வகையில் செயற்பட்டுள்ளார். பிரிவு 98-இன்கீழ் அத்தகைய ஆணையைப் பிறப்பிப்பதற்கு நடுவருக்கு அதிகாரமில்லை - பெண்ணைத் தாயின் பாதுகாப்பில் ஒப்படைத்துப் பிறப்பித்த ஆணை இரத்துச் செய்யப்படுகிறது.

2. குற்ற விசாரணைமுறைச் சட்டம் (2/1974) பிரிவு 125, விளக்கம் (ஆ) - விவாகரத்துச் செய்யப்பட்ட மனைவி சீவனாம்சம்

(வாழ்க்கைப் பொருளுதவி) கோரி மனு தாக்கல் செய்தல் - கணவன், மனைவி சமரச அடிப்படையில் பிரிந்து வாழ்வது இவ்வாறு சீவனாம்சம் வேண்டி மனு தாக்கல் செய்யப்படுவதற்குத் தடையாக இராது. நிரந்தரமான சீவனாம்சம் கொடுப்பது சம்பந்தமாகச் சாதாரணமாக வாதிடுவதால் சீவனாம்சத்திற்கான மனுவை நீதிமன்றம் தள்ளுபடி செய்தல் முடியாது.

3. குற்ற விசாரணைமுறைச் சட்டம் (2/1974), பிரிவு 154 - மு.த.அ. (முதல் தகவல் அறிக்கை) - அமைப்பு - கிராமத்தில் ஒன்று நிகழ்ந்துள்ளதாகத் தெரியாத நபர்களிடமிருந்து காவல் நிலைய அதிகாரிக்குத் தொலைபேசியின் மூலம் தகவல் தெரிவிக்கப்பட்டது. அந்தத் தகவல் மர்மமான வகையில் பெறப்பட்டதாகும். ஆகையால், அதனை முதல் தகவல் அறிக்கையாகக் கொள்ள முடியாது.

4. குற்ற விசாரணை முறைச் சட்டம் (2/1974) பிரிவு 157 - நடுவருக்கு முதல் தகவல் அறிக்கையைக் காலங்கடந்து அனுப்புதல் - அந்த ஒரு காரணத்தினாலேயே அரசு தரப்பு வழக்கை முழுவதுமாகத் தூக்கி எறிந்துவிடக்கூடாது. -

5. குற்ற விசாரணைமுறைச் சட்டம் (2/1974), பிரிவு 437 - பிணை - எதிரி தனது கடவுச் சீட்டை ஒப்படைக்க வேண்டும். முன் அனுமதியில்லாமல் நாட்டை விட்டு வெளியில் செல்லக்கூடாதென்று நிபந்தனை விதிக்கப்பட்டது - முந்தைய காலக் கட்டங்களில் எதிரி வெளிநாடு செல்வதற்கு அனுமதிக்கப்பட்டிருக்கிறார். - அவர் அவ்வாறு அனுமதிக்கப்பட்டிருந்தபோது நீதிமன்றத்தின் நம்பிக்கையைப் பொய்ப்படுத்தினார் இல்லை - அவர் விசாரணையைத் தடை செய்யவோ அல்லது உரிமையைத தவறாகப் பயன்படுத்தவோ கிடையாது - ஆகையால், எதிரிக்கு எதிராக விதிக்கப்பட்ட நிபந்தனை மாற்றியமைக்கப்படுகிறது. - எதிரி இரு பிணையாளர்களுடன் பிணைமுறி எழுதிக்கொடுத்தல் வேண்டும் - எதிரி வெளிநாட்டில் தங்கியிருக்கும்போது அவருடன் தொடர்பு கொள்வதற்குரிய முகவரியைக் கொடுத்தல் வேண்டும் - அவர் நீதிமன்ற நடைமுறையில் குறுக்கீடு செய்தல் கூடாது.

6. குற்ற விசாரணைமுறைச் சட்டம் (2/1974) பிரிவு 457 - விசாரணை நிலுவையின்போது வாகனத்தை இடையில் ஒப்படைத்தல் - தவணைமுறையில் வாங்குதல் உடன்படிக்கையின்கீழ் வாகனம் மனுதாரரின் வசமிருந்தது - வாகனம் தவணைக்காரரால் கைப்பற்றப்பட்டு, அது மூன்றாவது தரப்பினரிடம் விற்பனை செய்யப்பட்டது - காவல் துறையினரால் வாகனம் கைப்பற்றப்படும்போது, அது மூன்றாந் தரப்பினரிடம் இருந்தது, அவர் அந்த வாகனத்தில் பதிவுப்பெற்ற உரிமையாளராவார். அவர் அந்த வாகனத்தைத் தவணைக் காரரிடம் முழுத் தொகையும் செலுத்திய பிறகே வாங்கினார். மூன்றாந் தரப்பினர் வாகனத்தின் பதிவுப்பெற்ற உரிமையாளர் என்பதால், அவரிடம் வாகனத்தை ஒப்படைத்தது சட்ட விரோதமானதாகாது.

7. குற்ற விசாரணைமுறைச் சட்டம் (2/1974), பிரிவு 482 - இந்தியத் தண்டனைச் சட்டம் (45/1860), பிரிவுகள் 376, 406 - நடைமுறையைத் தள்ளுபடி செய்வதற்கான மனு, தவணைமுறையில் வாங்குவதற்கான உடன்படிக்கைத் தரப்பினர்களுக்கிடையில் ஏற்பட்டது - தவணைத் தொகை ஒழுங்காகச் செலுத்தப்படவில்லை - அதனால், உடன்படிக்கையின் நிபந்தனையின்படி வாகனத்தை வாங்குவதற்காக நிதி உதவி செய்தவரால் வாகனம் கைப்பற்றப்பட்டது - இது, இந்தியத் தண்டனைச் சட்டம், பிரிவுகள் 379 அல்லது 406-இன்கீழ் குற்றமாகாது - ஆகையால், குற்றவழக்கு தள்ளுபடி செய்வதற்குரியதாகும்.

8. குற்ற விசாரணைமுறைச் சட்டப் (2/1974), பிரிவு 482 - குற்றம் கோப்பில் எடுத்துக் கொள்ளக்கூடியதா - குற்ற வழக்கு நடைமுறையைத் தள்ளுபடி செய்வதற்கு மனு தாக்கல் செய்யப்பட்டது - புகார் இ.த.ச. பிரிவுகள் 498அ/ 323/ 379-இன் கீழ் கொடுக்கப்பட்டது - வழக்கு மூலம் - புகார்தாரரான மனைவியை 1983 முதல் 200 வரையில் கொடுமை செய்து வந்ததாகக் குற்றஞ்

சாட்டப்பட்டுள்ளது - இந்தக் குற்றச் சாட்டுகள் தொடர்பாக மேற்குறிப்பிடப்பட்ட ஆண்டுகளில் புகார்தாரரான மனைவி வழக்கு எதுவும் தாக்கல் செய்தாரில்லை - கணவன் விவாகரத்து கோரி மனுதாக்கல் செய்த பிறகு மனைவியால் இந்தப் புகார் மனு கொடுக்கப்பட்டுள்ளது - குற்ற வழக்கு எதிரியைப் பழிவாங்க வேண்டுமென்ற கெட்ட எண்ணத்துடன் தாக்கல் செய்யப்பட்டுள்ளது. ஆகையால் குற்ற வழக்கைக் கோப்பில் எடுப்பதற்குப் பிறப்பித்த உத்தரவு தள்ளுபடி செய்யப்படுகிறது. -

9. குற்ற விசாரணைமுறைச் சட்டப் பிரிவு 482 - முதல் தகவல் அறிக்கையைத் தள்ளுபடி செய்தல் - செல்லுபடியாகக் கூடியதா - முதல் தகவல் எதிரி என்ன குற்றம் செய்தாரென்று குறிப்பிடவில்லை - அதனால் முதல் தகவல் அறிக்கை தள்ளுபடி செய்யப்பட்டது சரியானதாகும்.

10. குற்ற விசாரணைமுறைச் சட்டம், பிரிவு 311 மாற்று முறை ஆவணச் சட்டம், பிரிவு 118-மாற்றுமுறை ஆவணச் சட்டம், பிரிவு 138-இன் கீழான வழக்கில் புகார்தாரர் தரப்புச் சாட்சி 1-ஐ மீண்டும் விசாரிக்க புகார்தாரர், குற்ற விசாரணைமுறைச் சட்டம், பிரிவு 311-இன் கீழ் தாக்கல் செய்த மனுவை, விசாரணை நீதிமன்றம் அனுமதித்து உத்தரவு வழங்கியதை எதிர்த்து எதிரி சென்னை உயர்நீதிமன்றத்தில் மனு தாக்கல் செய்துள்ளார். **தீர்ப்பு :** இதுபோன்ற மனுவை எந்த நிலையிலும் அனுமதிக்கலாம் என்று இந்திய உச்சநீதிமன்றம் தீர்ப்பு வழங்கியிருப்பதால் - சாட்சிகளை மீண்டும் அழைத்து விசாரிப்பது, நீதியின் நலனுக்கு உகந்ததாகவும் வழக்கின் சூழ்நிலைக்கு அவசியமானதாகவும் இருப்பதாக நீதிமன்றம் கருதிடும்போது, அவ்வாறு சாட்சிகளை மீண்டும் நீதிமன்றத்திற்கு வரவழைத்து விசாரித்திட வழக்குத் தரப்பினர்களுக்கு அனுமதி வழங்கலாம். -

11. குற்ற விசாரணை முறைச் சட்டம் 1973 - பிரிவு 126(1) - நில எல்லை அதிகாரவரம்பு - பெற்றோரால் சீவனாம்சம்

கோரப்படுதல் - பெற்றோரின் *சீவனாம்ச* மனுவை, குற்ற விசாரணை முறைச் சட்டம், பிரிவு 125-இன்கீழ் எந்த இடத்தில் விசாரணைக்கு எடுத்துக்கொள்வது - இது தொடர்பாக கு.வி..மு.ச. பிரிவு 125-இல் அடங்கிள்ள சொற்கள் மிகவும் கடினமானதாகும் - *சீவனாம்சம்* கோரும் மனைவி மற்றும் குழந்தைகளின் நிலை இதிலிருந்து வேறுபடுத்திக் காண்பிக்கப்பட்டுள்ளது - **தீர்ப்பு :** மனைவி மற்றும் குழந்தைகள் எந்த இடத்தில் வசிக்கிறார்களோ அந்த இடத்திற்குரிய நீதிமன்றத்தில் *சீவனாம்சத்திற்கான* மனுவைத் தாக்கல் செய்வது போல், பெற்றோர் தாக்கல் செய்யமுடியாது. பெற்றோர் யாரிடமிருந்து சீவனாம்சம் கோருகின்றார்களோ அந்த நபர் எந்த இடத்தில் வசிக்கிறாரோ அல்லது இருக்கிறாரோ அந்த இடத்திற்குரிய நீதிமன்றத்தில்தான் சீவனாம்சம் கோரும் மனுவைத் தாக்கல் செய்ய முடியும்.

12. குற்ற விசாரணைமுறைச் சட்டம், 1973 பிரிவுகள் 156, 154, 173, 482 - முதல் தகவல் அறிக்கையை (வழக்கைப்) பதிவு செய்த காவல்துறை அதிகாரியே புலன்விசாரணை மேற்கொள்ளுதல். குற்றங்கள் இழைக்கப்படுவதாக இலஞ்ச - ஊழல் தடுப்புக் காவல்துறை ஆய்வாளர் (மேல்முறையீட்டாளருக்கு) தகவலைப் பெற்றார் - அந்தத் தகவலின்பேரில் அவர் முதல் தகவல் அறிக்கையைத் தயார் செய்து குற்றத்தைப் பதிவு செய்தார். அதன் பிறகு வழக்கில் புலன் விசாரணையைமுடித்து நீதிமன்றத்தில் குற்றப் பத்திரிகையைத் தாக்கல் செய்தார். **தீர்ப்பு :** புலன் விசாரணை அதிகாரியின் அத்தகைய, புலன்விசாரணை மனச்சாய்வு காரணமாகவோ அல்லது அதுபோன்ற சங்கதிகள் காரணமாகவோ நீக்கமுடியாது - அத்தகைய காரணத்தின் அடிப்படையில் உயர்நீதிமன்றம் வழக்கு நடைமுறையைத் தள்ளுபடி செய்தது பிழையானதாகும்.

13. குற்ற விசாரணைமுறைச் சட்டம், 1973 - பிரிவு 173(8) - மேலும் புலன் விசாரணையை மேற்கொள்ளுதல் - மேலும் புலன் விசாரணையை மேற்கொண்டால் அது வழக்கு விசாரணையைத்

தாமதப்படுத்தும் என்பதனை ஏற்கமுடியாது - வழக்கை நீதிமன்றம் விசாரணைக்கு எடுத்துக் கொண்டிருந்தபோதிலும் காவல் துறையினர் மேலும் புலன் விசாரணையைச் சரியான வகையில் தொடரலாம் (வழக்கில் முன்னர் மேற்கொள்ளப்பட்ட புலன் விசாரணையில் கிடைக்கப் பெறாத) புதிய சங்கதிகள் வெளிச்சத்திற்கு வந்திருக்கும்போது அதனை நீதிமன்றத்தில் தெரிவித்து வழக்கில் புதிய புலன்விசாரணையை மேற்கொள்ள அனுமதியைப் பெறலாம்.

சாட்சியச் சட்டத் தீர்ப்புகள்

பிரிவு 1

1. சாட்சியம் (Evidence) என்பது நீதிமன்றத்தால் அனுமதிக்கப்படும் அல்லது நீதிமன்றத்தில் நிலுவையிலுள்ள வழக்கு விசாரணைகளில் அந்த வழக்குச் சங்கதிகள் தொடர்பாக சாட்சிகளால் அளிக்கப்படும் சாட்சியம்; மற்றும் நீதிமன்றம் பார்வையிடுவதற்காக ஒப்படைக்கப்படும் ஆவணங்கள் ஆகிய அனைத்தும் சாட்சியம் (Evidence) ஆகும். - AIR 1964 SC 949 = 1964 (2) Cri.LJ.44.

2. சாட்சியச் சட்டம் என்பது ஒரு முழுமையான சட்டத் தொகுப்பு (Complete code) ஆகும். அது, சாட்சியம் சம்பந்தமான அனைத்து விதிகளையும் நீக்கஞ் செய்கிறது. - AIR 1971 SC 44 ; 1970 MLJ (Cri) 490.

3. இந்தியச் சாட்சியச் சட்டம், போலமை நீதிமன்ற நடைமுறைக்குப் (Quasi - judicial proceeding) பொருந்தாது. - AIR 1957 SC 882 : 1958 SCR 499.

4. இந்தியச் சாட்சியச் சட்டம், சட்டம் சாராத நடைமுறைகளுக்கு (Non-judicial proceeding)ப் பொருந்தாது. - AIR 1971 SC 1363.

5. இந்தியச் சாட்சியச் சட்டம், துறைசார்ந்த விசாரணைக்கு (departmental enquiry)ப் பொருந்தாது. - AIR 1961 SC 1623.

6. அந்நியச் செலாவணி ஒழுங்குமுறைச் சட்டம், 1947 (Foreign Exchange Regulation Act, 1947) -இன் நடைமுறைகளுக்கு இந்தியச் சாட்சியச் சட்டத்தின் பிரிவுகள் பொருந்தாது. - Shanti prasad jain V. Director of Enforcement, AIR 1962 SC 1764.

பிரிவு 3

1. நீதி நிருவாகம் நடக்குமிடம் நீதிமன்றம் எனப்படும். - Public prosecutor V.L.Ramaya, 1975 Cri LJ 144 (FB) (AP), Brajanandan Sinha V. Jyoti Narain, AIR 1956 SC 66 : 1956 Cri LJ 156.

2. நியமிக்கப்பட்ட பதிவாளர் ஒரு நீதிமன்றமாகமாட்டார். Ramrao V. Narayan, (1969) 1 SCC 167.

3. சங்கதி என்றால் என்ன? :

புலன்களால் உணரத்தக்க பொருள், பொருள்களின் அமைப்பு நிலை, பொருள்களின் உறவுநிலை ஆகிய இவையும், ஒருவரால் உணரப்படுபவையும் சங்கதி எனப்படும். (பிரிவு 3, இந்தியச் சாட்சியச் சட்டம்)

4. சங்கதி என்பது உடல் ரீதியான சங்கதியை மட்டும் உள்ளடக்குவதல்ல; உளவியல் மற்றும் மனரீதியான சங்கதிகளையும் உள்ளடக்குபவைகளாகும். - AIR 1929 Lah 344 (FB) : 30 Cr LJ 414 : 1LR 10 Lah 283 ; AIR 1947 PC 67 ; 48 Cri LJ 533 ; AIR 1972 SC, 975, 985 ; (1972) 1 SCC 249, 262 : 1972 Cri LJ 606.

5. குந்தகத் தன்மை (Prejudice) பற்றிய பிரச்சினை ஒரு சங்கதி (Fact) ஆகும். - AIR 1956 SC 110 :1956 Cri LJ 278.

6. கடுமையான திடீர் சினம் (Grave and sudden provocation) சங்கதியும் சட்டமும் கலந்த ஒரு கேள்வியாகும். - AIR 1982 SC 31 ; 1982 Cri LJ 157 ; (1982) 2 SCC 225.

7. ஆவணங்கள் (Documents) :

ஒலி நாடா பேச்சுக்கள் (Tape record speeches) ஆவணங்களாகும். - AIR 1975 SC 1788.

8. சான்றுகளின் வகைகள் (Kinds of Evidence) :

1. நேரிடையான அல்லது சூழ்நிலைச் சான்று (direct or circumstantial evidence) ;

2. முதனிலை அல்லது இரண்டாம் நிலை சான்று (primary and Secondary evidence) ;

3. வாய்மொழி அல்லது வரைமொழி அல்லது உண்மைச் சான்று (Oral or documentary or real) ;

4. அசல் அல்லது கேள்வியுற்ற சான்று (Original or hearsay evidence) என சான்றுகள் நான்கு வகைப்படும்.

9. சூழ்நிலைச் சான்று (Circumstantial evidence)க்கான தீர்ப்புக்கு, காண்க : AIR 1996 SC 607.

10. எதிரியின் வீட்டில் மரணமடைந்து கிடந்தவரின் உடல் கிடந்தது. எதிரியின் வீட்டிற்கு உடல் எப்படி வந்தது என்பதனை எதிரி நிரூபிக்கத் தவறிவிட்டார். எதிரி அவ்வாறு நிரூபிக்கத் தவறியதால், அந்தக் கொலையை அவர் செய்ததாகவே கருதப்பட்டது. - 1997 (1) SCC 272.

11. அக்கறை கொண்ட சாட்சிக்கான (Interested witnesses) தீர்ப்புக்கு, காண்க : AIR 1997 SC 2828 ; AIR 1997 (5) SCC 349.

12. தனிப்பட்ட சாட்சி கிடைக்கப் பெற்றிருக்கும் நிலையில் அவரை விசாரிக்காமல் எதிரியின் உறவுக்கார சாட்சிகளை மட்டும் விசாரித்திருக்கும்போது, அந்தச் சாட்சியத்தை மிகவும்

கவனமாகவும், எச்சரிக்கையாகவும் ஆய்வு செய்தல் வேண்டும். - 1997 (5) SCC 349.

13. சம்பவத்தை நேரடியாகப் பார்த்த இரண்டு சாட்சிகள் எதிரியின் உறவினர்கள் - தனிப்பட்ட சாட்சிகளை விசாரிக்கவில்லை என்பதால், சம்பவத்தை நேரடியாகப் பார்த்த உறவினர்களின் சாட்சியத்தை ஏற்கக் கூடாதென்பதில்லை. - 1997 (1) SCC 80.

14. பத்திரிகை செய்தி சாட்சியமாகாது. - 1998 (8) SCC 715.

15. ஒரு வழக்கில் கூட்டாகக் குற்றஞ் சாட்டப்பட்ட ஒரு எதிரி (accused) அளித்த ஒப்புதல் வாக்குமூலத்தைக் கொண்டு (confession) மற்றொரு எதிரியைத் தண்டிக்க முடியாது. - Nathu V. State of U.P. AIR 1956 SC 56 ; 1956 Cri LJ 152.

16. சம்பவத்தை நேரில் பார்த்த சாட்சிக்கும் மருத்துவச் சாட்சியத்திற்குமிடையில் முரண்பாடு ஏற்பட்டால், நேரில் பார்த்த சாட்சியின் சாட்சியத்தையே எடுத்துக் கொள்ளவேண்டும். - Kulamani Sandha V. State, 1991 Cri LJ 599 (Ori).

17. இந்தியச் சாட்சியச் சட்டம், பிரிவு 3-இன் பொருளின்படி, அபிடவிட்டுகள் சான்றாகாது. - Sudha Devi V. M.P. Narayanan, (1988) 3 SCC 366.

18. குழந்தை சாட்சி (Child witness) :
இங்கிலாந்து நாட்டில், குழந்தைகளின் சாட்சியத்தை நீதிமன்றம் ஏற்றுக்கொள்வதற்கு, மற்ற சாட்சிகள் அந்தக் குழந்தைகளைப் போன்றே சாட்சியமளித்து உறுதிப்படுத்துதல் வேண்டும். ஆனால் இந்தியாவில் இதுபோன்ற நிலை இல்லை. குழந்தைகளின் சாட்சியங்கள் அப்படியே ஏற்கப்படுகின்றன. - Mohamed Sugal Esa V. King, AIR 1946 PC 3.

19. சாட்சிகள் உறவினர்கள் என்பதால் அவர்களது சாட்சியங்களை ஏற்றுக்கொள்ளக்கூடாது என்பது சரியான காரணமாகாது. - State V. Sofiuddin, 1981 Cri LJ NOC 4 (Gau).

20. அரசு தரப்புச் சாட்சிகள் அனைவரும் காவல்துறை அதிகாரிகள் என்பதால் அவர்களது சாட்சியங்களை ஏற்றுக்கொள்ள முடியாதென்று கூறமுடியாது. - Nathu Singh V. State of M.P. (1974) 3 SCC 582 ; 1974 SCC (Cri) 62.

21. எதிரிதரப்புச் சாட்சிகள் எப்போதும் பொய்யானவர்கள் என்றும் அரசு தரப்புச் சாட்சிகள் எப்போதும் உண்மையானவர்கள் என்றும் கருதுதல் கூடாது. - Kaur Singh V. State of Punjab, (1974) 3 SCC 643; 1974 SCC (Cri) 173.

22. அறமுறையில் கொடுக்கப்படும் தண்டனை (Moral conviction) உண்மையானதாக இருந்தால்கூட, அது சட்டப்படியான தண்டனையாகாது. அதனால், எதிரிக்கு மரணதண்டனை அளிக்கும் போது நீதிமன்றம் மிகவும் கவனமாக இருப்பது அவசியமாகும். - Sharad Birdhichand Sarda v. State of Maharashtra, (1984) 4 SCC 116 : 1984 SCC (Cri) 487 : AIR 1984 SC1 622 : 1984 Cri LJ 1738.

23. கொடுக்கப்படாத சாட்சியத்தின்பேரில் நீதிபதி செயற்பட முடியாது. Brij Bhushan Singh V. Emperor, AIR 1946 PC 38 : 1947 Cri LJ 336.

24. சாட்சியம் என்பது நடந்திருக்கக்கூடும் என்பதனை முடிவு செய்வதாக இருத்தல் வேண்டும். - AIR 1971 SC 2439 : (1972) 1 SCJ 334 ; (1971) 82 ITR 540.

25. சாட்சிகள் வேண்டுமென்றே பொய்யான வாக்குமூலத்தை அளித்திருக்கும்போது, அந்தச் சாட்சியம் உண்மையானதாகாது. - AIR 1980 SC 1382 : 1980 Cri LJ 965.

26. சாட்சியத்தின் ஒரு பகுதி நம்பக்கூடியதாக இல்லை என்பதால், சாட்சி ஒருவர் அளித்த சாட்சியம் முழுவதையும் நிராகரித்தல் கூடாது. - 1989 Cri LJ NOC 188 (Ker).

27. சாட்சி ஒருவர் அளித்த சாட்சியத்தின் பகுதியை உண்மை என்று நம்பவும் மற்றொரு பகுதியைப் பொய்யானதென்று கருதவும் நீதிமன்றத்திற்கு உரிமையுண்டு. - AIR 1970 Cal 292; 73 CWN 877 : See AIR 1956 SC 513, 519 - 520; 1956 Cri LJ 923.

28. சாட்சியம் என்பது ஆழமானதாக (கனமானதாக) இருக்க வேண்டுமேயன்றி, எண்ணிக்கையில் அதிக அளவினதாக இருக்க வேண்டுமென்ற அவசியமில்லை. - AIR 1961 AP 70 : (1961) 1 Cri LJ 218 : AIR 1957 SC 614, 619 : 1957 Cri LJ 1000.

29. புகைப்படங்களைச் சான்றாவணங்களாகக் குறியீடு செய்யும்போது, புகைப்படம் எடுத்தவரை விசாரிக்கவேண்டும். புகைப்படத்தை நெகட்டிவ்வுடன் குறியீடு செய்தல் வேண்டும். AIR 1977 Gau 31 : 1977 ACJ 293.

30. சந்தேகத்தின் பலன் :

சம்பவத்தை நேரில் பார்த்த சாட்சி, குற்ற விசாரணை முறைச் சட்டம், பிரிவு 161-இன் கீழ் அளித்த வாக்குமூலத்தில் எதிரியின் பெயரைக் குறிப்பிடவில்லை. அதனால் எதிரி சந்தேகத்தின் பலனை அடைய உரிமையுடையவராவார். - 1993 Cri LJ 169 (SC).

31. சிறுவன் ஒருவன் இறந்துபோனதற்கும் அவனது உடல் கைப்பற்றப்பட்டமைக்கும் இடையில் போதுமான இடைவெளி இருந்துள்ளது. அதனால் எதிரிக்குச் சந்தேகத்தின் பலனை அளித்தல் வேண்டும். - AIR 1979 SC 1410 : 1979 Cri LJ 1089.

32. மற்ற சான்றுகள் நிரூபித்திடாதபோது, எதிரி கடைசியாகக் கொலை செய்யப்பட்டவருடன் காணப்பட்டார் என்பது மட்டும் கொலைக் குற்றத்தை நிரூபிக்க போதுமானதாகாது. - 1983 Cri LJ 1854 (Cal) ; 1985 Cri LJ 868 (Ori).

33. எதிரி, கொலை செய்யப்பட்டவருடன் கடைசியாகக் காணப்பட்டார். அதற்கு ஏற்றாற்போல், கொலை செய்யப்பட்டவரின்

மஃப்லரும், வானொலிப்பெட்டியும் எதிரியிடமிருந்து கைப்பற்றப் பட்டன. எதிரி கொலையில் சம்பந்தப்பட்டிருப்பார் என்பதற்கு இது போதுமானதாகும். - 1986 Cri LJ 2077 (Cal).

34. எதிரியுடன் இருவர் காணப்பட்டிருக்கும்போது, அதில் ஒருவரை விடுதலை செய்துவிட்டு, மற்றொருவரைத் தண்டிக்க முடியாது. - AIR 1979 SC 1949 : 1979 Cri LJ 1310 : (1980) 1 SCC 530.

35. கணவன், மனைவி மற்றும் மகன் ஆகியோர்க் கிடையில் கருத்து வேறுபாடு இருந்தது. எதிரி, கிராமத்திலுள்ள அவரது வீட்டில் அவரது மனைவி மற்றும் மகனுடன் காணப்பட்டார். அவரது வீட்டிலிருந்து துப்பாக்கி சப்தம் கேட்டது. எதிரி அதே நாள் இரவில் வீட்டைவிட்டு ஜீப்பில் புறப்பட்டு லக்னோ சென்றடைந்தார். அவரது மனைவியும் மகனும் உயிருடனில்லை. அந்த வீட்டில் இறந்து கிடந்தார்கள். கிராமத்திலிருந்த அவரது வீட்டில் இரத்தக்கறை காணப்பட்டது. இரத்தக்கறைப் படிந்த எதிரியின் துணி சலவை நிலையத்திலிருந்து கைப்பற்றப்பட்டது. காவல் நிலையத்தில் புகார் கொடுத்த பிறகு எதிரி தலைமறைவாகிவிட்டார். இவ்வாறு எதிரிதான் அந்தக் கொலையைச் செய்தார் என்பதனைத் தெள்ளத்தெளிவாக நிரூபித்திருக்கும்போது, எதிரி குற்றமிழைக்கவில்லை என்று உச்சநீதிமன்றம் (Supreme court) தீர்ப்பு வழங்கியது. - AIR 1963 SC 74 ; (1963) 1 Cri LJ 70 : (1963) 3 SCR 239.

36. எதிரியும் இறந்துபோனவரும் கடைசியாக ஒன்றாகத் தென்பட்டார்கள். இறந்துபோனவர் காணாமல் போனதற்கு, எதிரி திருப்தியளிக்கும்வகையில் விளக்கமளிக்கவில்லை. ஆகையால், இத்தகைய சூழ்நிலைகளால் எதிரி அந்த நபரை கொலை செய்திருக்க வாய்ப்புள்ளது. - 1979 Cri LJ 1310 (para 9) : AIR 1979 SC 1949 : (1980) 1 SCC 530.

37. கணவன், மனைவி இருவரும் சுமூகமான உறவுநிலையில் இல்லை. சம்பவத்திற்கு உடன்முன்னர் கணவன்,

மனைவி இருவரும் ஒன்றாகக் காணப்பட்டார்கள். கணவன், மனைவியைக் கழுத்தை நெரித்துக்கொன்றான். கணவன் வீட்டை விட்டு வெளியேறி மாற்றுப் பெயரில் ஒரு விடுதியில் தங்கினான். இப்போது கணவன் குற்றவாளியாவான். - AIR 1985 SC 1692 : 1985 Cri LJ 1865.

38. கணவன், மனைவி இருவரும் சமூகமான உறவுநிலையில் இல்லை. மனைவி கொலை செய்யப்படும்போது கணவன் மட்டுமே வீட்டில் இருந்தான். எதிரி குற்றவாளியாவான். - AIR 1972 SC 2077 : 1972 Cri LJ 1317.

சூழ்நிலைச் சான்று
(Circumstantial evidence)

39. சூழ்நிலைச் சான்று என்பது சங்கிலித் தொடர் போன்று இருத்தல் வேண்டும். சங்கிலித் தொடர் போன்ற சான்றில் இடையில் தொய்வு ஏற்பட்டாலோ முரண்பாடு காணப்பட்டாலோ அது சந்தேக நிலையை ஏற்படுத்திவிடும்.

40. மனைவி கொலை செய்யப்பட்ட சம்பவம் நடந்த பிறகு, எதிரி, வீட்டை விட்டு வெளியில் தொடர்ந்து மூன்று அல்லது நான்கு நாட்கள் இருந்தான். அந்தச் சூழ்நிலை, அவனது குற்றமனத்தை நிரூபிக்காது. - 1992 Cri LJ 3927 (Ori).

41. எதிரியின் வேட்டியில் இரத்தக்கறை இருந்ததால் மட்டுமே எதிரி கொலை செய்திருப்பான் என்பதற்குப் போதுமானதாகாது. - AIR 1979 SC 1949 : 1979 Cri LJ 1210.

42. எதிரி சுட்டிக்காட்டியதன்பேரில் துப்பாக்கி கைப்பற்றப் பட்டிருப்பதால் அதை மட்டும் வைத்து, எதிரியைக் குற்றவாளி என்று தீர்மானிக்க முடியாது. AIR 1981 SC 911 : 1981 All LJ 228.

எதிரியின் மௌனம்

43. எதிரி மௌனமாக இருப்பது அரசுதரப்பு வழக்கை நிரூபிப்பதற்குப் போதுமானதாகாது. - AIR 1954 SC 15 : 1954 Cri LJ 230.

44. எதிரி மௌனமாக இருப்பதால், அரசு தரப்புத் தனது பலத்தைப் பெருக்குதல் முடியாது. - AIR 1980 SC 1753 : 1980 Cri LJ 1270.

ஆயுதத்தைக் கைப்பற்றாமை
(No recovery of weapon)

45. குற்றச் செய்கைக்குப் பயன்படுத்திய ஆயுதத்தைக் கைப்பற்றாதது அரசு தரப்பு வழக்கைப் பொய்யாக்காது. - 1988 Cri LJ 524 (Ori).

46. சம்பவ இடத்திலிருந்து இரத்தக் கறைப் படிந்த மண்ணை எடுக்காதிருந்ததும், அதனை வேதியல் ஆய்வுக்கு அனுப்பாதிருந்ததும், சம்பவ இடத்தைப் பற்றி சந்தேகத்தை ஏற்படுத்தும். - 1992 Cri LJ 2156 (Pat) : AIR 1976 SC 2263 : 1976 Cri LJ 1736.

47. குற்றமேற்ற சாட்சி
(Approver)

1. குற்றமேற்ற சாட்சி உண்மையான சாட்சியாக இருக்க வேண்டும்;

2. அவரது சாட்சியம் சில முக்கியமான விவரங்களை ஊர்ஜிதப்படுத்த வேண்டும்.

48. எல்லா முக்கியமான விவரங்களிலும் (Material particulars) சான்றுறுத்தம் (Corroboration) இருக்க வேண்டும் என்ற

அவசியமில்லை. - AIR 1969 SC 961 ; 1969 Cri LJ 1435 : AIR 1949 PC 257 : AIR 1957.

49. குற்றமேற்ற சாட்சியின் (approver) சான்றுறுத்தம் செய்யப்படாத (Uncorroborated) சாட்சியத்தை ஏற்றுக்கொண்டது சட்டவிரோதமானதாகாது. - AIR 1970 SC 1330 : 1970 Cri LJ 1158 : AIR 1973 SC 1118 : 1973 Cri LJ 914 : AIR 1975 SC 856 : 1973 Cri LJ 1102 ; AIR 1977 SC 1579 : 1977 Cri LJ 1206.

இலஞ்சம் கொடுப்பவர்
(Bribe - giver)

50. கட்டாயத்தின்கீழ், புகார்தாரர் இலஞ்சம் கொடுப்பவராகிறார். அவரது சாட்சியம் குற்றத்திற்கு உடந்தையாக இருந்தவரின் சாட்சியமாகாது. அவரது சாட்சியம் நம்பக்கூடியதாக இருந்தால், அதனைச் சான்றுறுத்தம் இல்லாமல் ஏற்றுக் கொள்ளலாம். - 1988 Cri LJ (NOC) 20 : (1987) 1 Guj LH 364 : See also 1995 Cri LJ 955 (Mad).

தற்செயல் சாட்சிகள்
(Chance witnesses)

தற்செயலாகச் சம்பவத்தைப் பார்ப்பவர்கள் தற்செயல் சாட்சிகள் எனப்படுவர்.

51. சம்பவம்நடக்கும் நேரத்தின்போது நபர் ஒருவர் வீட்டில் இருப்பதற்கு வாய்ப்பில்லாதிருக்கும்நிலையில், அவர் வீட்டிலிருந்து திடீரென்று ஒரு சம்பவத்தைப் பார்த்திருந்தால், அவர் தற்செயல் சாட்சியாவார். - AIR 1957 All 809 : 1957 Cri LJ 1378.

52. சாட்சி சம்பவ இடத்தில் முன்னிலையாகியிருந்ததற் கான காரணத்தைச் சொல்லிடும்போது, அவர் தற்செயல் சாட்சியாக மாட்டார். - 1989 Cri LJ 209 (Ori).

53. சாட்சிகள் கிராமத்திலிருந்து நகரமண்டிக்கு வந்திருந்தார்கள். அவர்கள் தற்செயல் சாட்சிகளாகமாட்டார்கள். - 1994 Cri LJ 1374 (Sc).

54. சாலையில் செல்கின்ற எவரொருவரும் தற்செயல் சாட்சியாவார். - AIR 1973 SC 2695 : 1973 Cri LJ 1828.

55. தற்செயல் சாட்சி பொய்ச்சாட்சியாக இருக்க வேண்டுமென்ற அவசியமில்லை. - AIR 1941 PC 11 : AIR 1974 SC 276 : 1974 Cri LJ 331 : 1982 Cri LJ 27 (Punj).

56. தற்செயல் சாட்சி உண்மையில் சம்பவ இடத்தில் இருந்தாரா? சம்பவத்தை நேரில் பார்த்தாரா என்பதனை மிகவும் நுணுக்கமாக ஆய்வு செய்தல் வேண்டும். - 1991 Cri LJ 2226 (Guj).

57. கொலை ஒன்று கடைத்தெருவில் நடந்தது. அந்தப் பகுதியில் கடைக்காரர்கள் விசாரிக்கப்படவில்லை. கொலையைத் தற்செயலாகப் பார்த்த காட்சியைப் போன்று மற்ற இரு சாட்சிகள் சாட்சியமளித்தார்கள். ஆகையால், கொலையைத் தற்செயலாகப் பார்த்த சாட்சியின் சாட்சியம் நம்பப்பட்டது. - 1992 Cri LJ 2294 (All).

58. சாட்சி வீட்டுக்குத் திரும்பி செல்லும்போது, சம்பவம் நடந்திருந்தால், சாட்சியத்தை நம்பாமல் இருக்கமுடியாது. - 1980 Cri LR (SC) 205.

59. கொலை ஒன்று தெருவில் நடந்தது. அதனைத் தெருவில் கூவி விற்பவர்களும் வியாபாரம் செய்பவர்களும் பார்த்தார்கள். அவர்கள் தற்செயல் சாட்சிகள் என்பதால், அவர்களது சாட்சியத்தை நம்பாமல் இருத்தல் கூடாது. - AIR 1983 SC 681 : 1983 Cri LJ 1272, 1274.

60. உயில் ஒன்றில் சான்றொப்பமிட்டவர்கள் : (Attesting witnesses) தற்செயல் சாட்சிகளாவர். அதனால் அவர்களை நம்பாமல் இருக்கமுடியாது. - AIR 1964 SC 529,

61. ஆட்சேபணை தெரிவிக்கப்படும்போது நீதிமன்றம் அதனை முடிவுசெய்தல் வேண்டும் (Court to decide objection) :

சாட்சியமளிக்கப்படும்போது, தெரிவிக்கப்படும் ஆட்சேபணையை நீதிமன்றம் முடிவுசெய்யவேண்டும். - AIR 1957 AP 60.

62. ஏற்றுக்கொள்ளமுடியாத சான்று (Inadmissible evidence) :

சான்றாக அனுமதிக்கமுடியாத சான்றை எதிர் தரப்பின் சம்மதத்துடன் அனுமதிக்க முடியாது. - AIR 1947 PC 19.

63. முதல் தகவல் அறிக்கை ஒரு சிறிய அளவு சாட்சி மட்டுமேயாகும். (F.I.R. as a piece of evidence) :

முதல் தகவல் அறிக்கை (F.I.R) என்பது ஒரு நிலைத்த சான்று (Substantive evidence) ஆகாது. அது, (F.I.R.) முதல் தகவல் கொடுத்தவரின் வாக்குமூலத்தை முரண்படுவதற்கு (Contradict) அல்லது அவரது சாட்சியத்தை ஊர்ஜிதப்படுத்துவதற்கு (corroboration) மட்டுமே பயன்படும். Nisar Ali V. State AIR 1957 SC 366 ; AIR 1960 SC 391 : 1960 Cri LJ 532 ; AIR 1972 SC 622 ; AIR 1973 SC 1; Dharma Rama V.. State, AIR 1973 SC 476 ; AIR 1973 SC 491; State of Anirudh Singh AIR 1997 SC 2780.

64. சம்பவத்தை நேரில் பார்த்த சாட்சி முதல் தகவல் (F.I.R) கொடுக்கவில்லை என்பதால் அவரது சாட்சியத்தை நம்பாமல் இருப்பதற்கு முதல் தகவல் அறிக்கையைப் (F.I.R.) பயன்படுத்த முடியாது. - AIR 1963 MP 97; 1963 Cri LJ 292; 1990 Cri LJ 1248 (Pat).

65. மிகத் துல்லியமான வகையில் முதல் தகவல் அறிக்கையில் (F.I.R.) விவரங்கள் கொடுக்கவில்லை என்பதால், முதல் தகவல் கொடுத்த சாட்சியின் சாட்சியத்தை நம்பாமல் இருக்கமுடியாது. - 1987 Cri LJ 113 (Pat).

66. முதல் தகவல் அறிக்கையை (F.I.R) ஒரு மரண வாக்குமூலமாகப் (dying declaration) பயன்படுத்தலாம். - AIR 1972 SC 622.

67. புலன்விசாரணை அதிகாரியை விசாரணை செய்த பிறகு முதல் தகவல் அறிக்கை (F.I.R.) குறியீடு செய்யப்பட்டது. A.I.R. 1965 Guj 319 : (1965) 2 Cri LJ 762.

68. முதல் தகவல் அறிக்கையை நீதிமன்றத்தில் குறியீடு செய்வதற்கு, முதல் தகவல் கொடுத்தவரை விசாரிப்பது அவசியமாகும். - AIR 1975 SC 757 : 1975 Cri LJ 634 : AIR 1945 PC 18.

69. முதல் தகவல் எதிரியால் கொடுக்கப்படுவது (F.I.R. lodged by accused) :

எதிரியால் கொடுக்கப்படும் முதல் தகவல் அறிக்கையை (F.I.R) எதிரிக்கு எதிராகப் பயன்படுத்தக்கூடாது. மற்றும் அதில் முரண்பாடு (Contradiction) காண்பதற்கோ, சான்றுறுத்தம் (Corroboration) செய்வதற்கோ பயன்படுத்தமுடியாது. - AIR 1957 SC 366 : 1957 Cri LJ 550.

70. எதிரியால் கொடுக்கப்படும் முதல் தகவல் (F.I.R.), இந்தியச் சாட்சியச் சட்டம், பிரிவு 8 -இன்கீழ் எதிரிக்கு எதிராக அனுமதிக்கக்கூடியதாகும். - AIR 1966 SC 119 : 1966 Cri LJ 100.

71. காலங்கடந்த முதல் தகவல் அறிக்கை (Belated F.I.R.) :

முதல் தகவல் அறக்கையின் நியாயமான காலதாமதம் பாதுகாக்கப்படும். - 71 Punj LR 73.

72. முதல் தகவல் அறிக்கை (F.I.R)யின் காலதாமதம் வழக்கை எப்போதும் இல்லாநிலையதாக்கிவிடாது. நீதிமன்றம், நோக்கத்தையும் காலதாமத மன்னிப்புக்கான விளக்கத்தையும் கவனத்தில் கொள்ளுதல் வேண்டும். - AIR 1973 SC 1 : 1973 Cri LJ 135.

73. அளவுக்கு அதிகமான காலதாமதத்தைச் சரியான முறையில் விளக்கவில்லையேல், அது வழக்கில் சந்தேகத்தை ஏற்படுத்தும். - AIR 1984 SC 454 ; (1984) 1 Crimes 812 (MP).

தீர்ப்புகள் 64

74. முதல் தகவல் அறிக்கையின் (F.I.R) நோக்கம், குற்றத்தைப் பற்றி விரைவாகத் தகவல் பெறுவதேயாகும். - AIR 1945 PC 18 : 46 Cri LJ 413.

75. முதல் தகவல் கொடுத்தவரின் கணவனும், மைத்துனனும் சம்பவத்தில் பாதிக்கப்பட்டவர்கள். அந்தப் பெண்ணின் முதல் கடமை பாதிக்கப்பட்டவர்களைக் கவனிப்பதாகும். சம்பவம் நடந்த இடத்திலிருந்து காவல் நிலையம் 12 மைல் தூரத்தில் இருந்தது. அந்தத் தூரத்தைக் காலால் நடந்தும், லாரியில் பயணம் செய்தும் கடந்தார்கள். ஆகையால் முதல் தகவல் அளித்ததில் 6 மணி நேரம் ஏற்பட்ட காலதாமதத்தால் வழக்கு இல்லாததாகிவிடாது. - AIR 1953 SC 364.

76. காலை 1 மணியளவில் கூட்டுக்கொள்ளை (Dacoity)க் குற்றம் செய்யப்பட்டது. காலை 10 மணியளவில் காவல் நிலையத்தில் முதல் தகவல் கொடுக்கப்பட்டது. காவல் நிலையம் ஆறுமைல் தூரத்தில் இருந்தது. இது காலதாமதமாகாது. - AIR 1973 SC 760.

77. காவல் நிலையம் சம்பவ இடத்திலிருந்து ஆறு மைலுக்கு அப்பால் இருந்தது. சம்பவம் இரவு நேரத்தில் நடந்தது. ஆறு மணி நேர காலதாமதம் நியாயமானதாகும். - AIR 1977 SC 381.

78. சூரியன் மறையும்போது சம்பவம் நடந்தது. காலையில் 7 மணிக்கு முதல் தகவல் கொடுக்கப்பட்டது. காவல் நிலையத்திற்கு வருவதற்குப் பயமாக இருந்ததால் காலதாமதம் ஏற்பட்டது. - AIR 1988 SC 1028 : 1990 Cri LJ 839 (All).

79. சம்பவத்தில் காயம்பட்டவர், புகார்தாரர் தரப்பினரால் (Complaint's party) மாட்டு வண்டியில் மருத்துவமனைக்கு எடுத்துச் செல்லப்பட்டார். மருத்துவர் அப்போது ஊரில் இல்லை. அதனால் அவர் மீண்டும் அதே மாட்டுவண்டியில் வீட்டுக்கு கொண்டு வரப்பட்டார். அதன்பிறகு முதல் தகவல் கொடுக்கப்பட்டது. இது

முறையற்ற காலதாமதமாகாது. - AIR 1989 SC 1519 : 1989 Cri LJ 1495.

80. முதல் தகவல் அறிக்கையில் எதிரியின் பெயர் இல்லாமை (Omission of name of accused in F.I.R.) :

முதல் தகவல் அறிக்கையில் எதிரியின் பெயர் இல்லையென்றால், அது வழக்கில் சந்தேகத்தை ஏற்படுத்தும். - AIR 1976 SC 1156 : AIR 1974 SC 178.

81. சம்பவத்தை நேரிடையாகப் பார்த்தவரால் முதல் தகவல் கொடுக்கப்பட்டில்லாதிருக்கும்போது, எதிரியின் பெயர் முதல் தகவல் அறிக்கையில் இல்லாமல் விடுப்பட்டிருப்பதற்கு அதிக முக்கியத்துவம் கொடுக்கக்கூடாது. - AIR 1954 SC 30.

82. எதிரியின் பெயர் முதல் தகவல் அறிக்கையில் விடுப்பட்டிருப்பதற்கான காரணத்தை அரசு தரப்பு விளக்க வேண்டும். - AIR 1983 SC 554 : 1983 Cri LJ 985.

83. எதிரியின் பெயர் முதல் தகவல் அறிக்கையில் விடுப்பட்டிருப்பதற்கான காரணத்தை அரசு தரப்பு திருப்தியான வகையில் விளக்குமாயின், அரசுதரப்பு வழக்குப் பாதிக்கப்படமாட்டாது. - AIR 1975 SC 573 ; 1975 Cri LJ 461.

84. முதல் தகவல் அறிக்கையில் எதிரிகளின் பெயர்கள் இருந்தன. புகார்தாரரைப் பரிசோதனை செய்திடுவதற்கு, மருத்துவருக்கு அனுப்பிய கடிதத்தில் எதிரிகளின் பெயர்கள் குறிப்பிடப்படவில்லை. அதனால் புகார்தாரரின் சாட்சியம் உண்மையற்றதாகாது. - AIR 1974 SC 1156 : 1974 SCC (Cr) 352.

85. முதல் தகவல் அறிக்கையில் சாட்சியின் பெயர் விடுப்பட்டிருத்தல் (Omission of name of witness in F.I.R.) :

சம்பவத்தை நேரடியாகப் பார்த்த சாட்சியின் பெயர் முதல் தகவல் அறிக்கையில் விடுப்பட்டிருக்கும்போது, அவரது சாட்சியம்

நிராகரிக்கப்படும். - Babu singh v. state 1996 Cri LJ 2503 (SC) : AIR 1978 All 214.

86. குற்ற விசாரணைமுறைச் சட்டப் பிரிவு 161 இன்கீழ், காவல்துறையினரால் பதிவு செய்யப்படும் வாக்குமூலம் (Statement recorded by police under sec. 161 of the code of criminal procedure):

குற்ற விசாரணைமுறைச் சட்டம், பிரிவு 161-இன்கீழ் காவல்துறையினரால் பதிவு செய்யப்படும் வாக்குமூலம், சான்றாக அனுமதிக்கப்படமாட்டாது. - AIR 1975 SC 1252.

அது நிலைத்த சான்றாகாது. - AIR 1980 SC 873 : 1980 Cri LJ 564 : AIR 1972 SC 102 : 1970 SCC (Cr) 140.

அந்த வாக்குமூலத்திலிருந்து, சாட்சி வாக்குமூலத்தை மாற்றிச் சொல்கிறாரா என்பதனைக் கண்டறிவதற்கு மட்டுமே அது பயன்படும். - AIR 1975 SC 1324.

மற்ற வகையில் வேறு எதற்கும் பயன்படாது. - AIR 1980 SC 873 : 876 : 1980 Cri LJ 564 : AIR 1976 SC 294 : AIR 1972 SC 102 ; AIR 1968 SC 1390.

இந்த வாக்குமூலத்தை, எதிரி தரப்பின் சாட்சியை முரண்படுத்தவோ அல்லது நீதிமன்றச் சாட்சியை முரண்படுத்தவோ பயன்படுத்த முடியாது. - 1986 Cri LJ 427 (Ori)

87. காவல்துறையினரால் சாட்சிகள் காலங்கடந்து விசாரிக்கப்படுதல் (Delay in examing the witness by police) :

1. சாட்சிகள் காலங்கடந்து விசாரிக்கப்பட்டதற்குப் புலனாய்வில் போதுமான விளக்கம் அளிக்கப்படவில்லையேல், அந்தச் செய்கை சரியான பாதுகாப்பைக் கொடுக்காது. - AIR 1980 SC 1750 : 1980 Cri LJ 1269 : 1985 Cri LJ 645 (Ori)

2. சம்பவத்தை நேரடியாகப் பார்த்த சாட்சியை மிகவும் காலங்கடந்த நிலையில் விசாரித்ததற்கான காரணத்தை அரசு தரப்பு விளக்கவில்லை. அந்த ஒரு காரணத்தால் மட்டுமே சாட்சியத்தை நம்பாமல் இருக்க முடியாது. Dr.Krishna pal V. state, 1996 Cri LJ 1134, para 9 (SC).

3. புலன்விசாரணை சரியாக மேற்கொள்ளப்படவில்லை. அதனால் அந்தப் புலன் விசாரணையை, சி.ஐ.டி. தமது கையில் எடுத்துக்கொண்டு சாட்சிகளை விசாரணை செய்தது. இத்தகைய சூழ்நிலைகளில் சாட்சிகளை விசாரிப்பதில் ஏற்பட்ட காலதாமதத்தால் வழக்கு இல்லாநிலையதாகிவிடாது. - 1992 Cri LJ 1545 (SC).

88. குற்றவிசாரணைமுறைச் சட்டம், பிரிவு 313 இன்கீழ் எதிரியால் அளிக்கப்படும் வாக்குமூலம் (Statement of accused under sec 313 of code of Criminal procedure) :

1. குற்ற விசாரணை முறைச் சட்டப் பிரிவு 313-இன் கீழ் எதிரியால் கொடுக்கப்படும் வாக்குமூலம் (Statement) சான்றாகாது. அதனால் அவ்வாறு அளிககப்படும் வாக்குமூலம் தண்டனை அளிக்கப் படுவதற்கு அடித்தளமாக அமையாது. - AIR 1968 SC 110. AIR 1953 SC 247 ; 1953 Cri LJ 1097 : 1984 Cri LJ 153 (P&H); 1984 Cri LJ (Ori) : (1985) 2 Crimes 676 (Ker) : 1990 Cri LJ 1119 (MP).

ஆனால், அவரால் அளிக்கப்படும் பதிலை அவருக்குச் சாதக, பாதகமாகக் கொள்ளலாம். - 1985 Cri LJ 154 (Del).

2. எதிரியால் அளிக்கப்படும் வாக்குமூலம் அரசு வழக்கில் வெற்றிடத்தை நிரப்புவதாக இருத்தல் கூடாது. - AIR 1969 All 442 : 1969 Cri LJ 1089 : 1953 Cri LJ 763 (Mad) : AIR 1952 Nag 10 ; 1966 Raj LW 460.

89. பிரேத விசாரணை அறிக்கை (Inquest report) :

1. பிரேத விசாரணை அறிக்கையில் கொடுக்கப்படும் வாக்குமூலம் சாட்சியமாகாது. - AIR 1976 SC 425. 1965 Cri LJ 815.

2. பிரேத விசாரணையின்போது காவல்துறையினரால் பதிவு செய்யப்படும் வாக்குமூலம் சான்றில் அனுமதிக்கக் கூடியதில்லை.

3. மருத்துவச் சாட்சியத்திற்கும் பிரேத விசாரணை அறிக்கைக்கும் இடையிலுள்ள வேறுபாட்டின் பயனை எதிரி அறுவடை செய்துகொள்வார்.

4. பிரேத விசாரணையின்போது பதிவு செய்திட்ட வாக்குமூலத்தை சாட்சி வித்தியாசமாகப் பதில் சொல்கிறாரா என்பதனைப் பார்ப்பதற்குப் பயன்படுத்தலாம்.

5. குற்ற விசாரணைமுறைச் சட்டம், பிரிவு 174-இன் கீழான பிரேத விசாரணை அறிக்கை, நபர் ஒருவர் இயற்கைக்கு மாறான வகையில் இறந்துபோனாரா என்பதனைக் கண்டறிவதற்கானதாகும். ஆகையால், அதில் சாட்சிகள் எவரையும் விசாரிக்க வேண்டிய அவசியமில்லை. - AIR 1977 SC 1066.

6. பிரேத விசாரணை மேற்கொள்ளும் காவல்துறை அதிகாரி, காயங்களைப் பற்றி கருத்துச் சொல்லும் வல்லுநரல்ல. - AIR 1976 SC 2263 : 1976 Cri LJ. 1736..

90. முந்தைய தண்டனைக்கான சான்றுரையை நம்பலாம். - AIR1977 SC 701 : 1977 Cri LJ 343.

91. எதிரிதரப்புச் சாட்சிகள் (Defence witnesses) **:**

1. எதிரி தரப்புச் சாட்சிகளை அரசு தரப்புச் சாட்சிகளுக்கு இணையாக நடத்துதல் வேண்டும். - AIR 1981 SC 911 : 1981 Cri LJ 618.

92. நாயால் கண்டறியப்படுவது :

நாயால் கண்டறியப்படும் சான்று ஏற்றுக்கொள்ளக் கூடியதாகும். - AIR 1970 SC 283 : (1970) 1 SCR 551 : (1969) 2 SCJ 870 ; 1993 Cri LJ 3883 (Bom).

93. முன் விரோதம் (Enmity) :

1. முன் விரோதம் என்பது இரட்டை விளிம்புள்ள ஓர் கூரிய ஆயுதமாகும். - AIR 1958 All 214 ; 1958 Cri LJ 324 ; AIR 1957 MP 153 : 1957 Cri LJ 1138 : ILR (1952) 2 Raj 887.

2. முன் விரோதம் மட்டுமே ஒரு சாட்சியத்தை நிராகரிப்பதற்குப் போதுமானதாகாது. - AIR 1979 SC 1261 : 1979 Cri LJ 1074 ; AIR 1980 SC 443 : 1980 Cri LJ 392.

94. பிறழ் சாட்சி (Hostile witness) :

1. குற்ற வழக்குத் தொடுப்பவர், அல்லது வழக்குத் தொடுப்பவர் அல்லது அரசு தரப்புச் சாட்சி, வழக்குத் தொடுத்த தரப்பினரின் பக்கத்திற்கு ஆதரவல்லாதநிலையில் சாட்சியமளித்தால், அவர் பிறழ்சாட்சி என்றழைக்கப்படுவார்.

குற்றவியல் வழக்குகளில் ஒரு சாட்சி, பிறழ் சாட்சியாக மாறினால், அவரை நீதிமன்ற அனுமதியுடன், அவரை அழைத்துவந்த தரப்பினரே குறுக்கு விசாரணை செய்யலாம்.

அரசு தரப்புச் சாட்சி பிறழ் சாட்சியாகியிருக்கும்போது, அரசுக் குற்றத்துறை வழக்கறிஞர் / அரசு உதவிக் குற்றத்துறை வழக்கறிஞர் நீதிமன்றத்தின் அனுமதியைப் பெற்று, சாட்சியைக் குறுக்கு விசாரணை செய்வார்.

சட்டப்படி சமரசஞ் செய்துகொள்ளமுடியாத பல வழக்குகளில் சாட்சிகளைப் பிறழ் சாட்சிகளாக ஆக்கியே வழக்கில் விடுதலை பெறப்படுகிறது.

2. பிறழ் சாட்சியால் அளிக்கப்பட்ட சாட்சியத்தை அப்படியே நிராகரித்தல் கூடாது. அரசு தரப்புக்குத் தேவையான சான்று பிறழ் சாட்சியத்தில் இருந்தால் அதனை எடுத்து கொள்ள வேண்டும். - 1991 Cri LJ 1680 (Mad)

பதரைத் தூற்றி நெல்மணிகளை எடுப்பது போன்றதாகும். அது,

95. படிப்பறிவு இல்லாத சாட்சி (Illiterate witness) :

1. படிப்பறிவு இல்லாத சாட்சிகள் மிகச் சிறிதளவே சாட்சியத்தில் பயன்பெறுவர். - AIR 1974 SC 873 ; 1974 Cri LJ 742 : 1974 SC (Cri) 447.

2. சிறிய வேறுபாடுகளால், கல்வியறிவில்லாத மற்றும் அறியாமையுடைய சம்பவத்தை நேரிடையாகப் பார்த்த சாட்சிகளின் சாட்சியத்தைப் புறக்கணிக்கக் கூடாது - AIR 1976 SC 1541.

96. காயம்பட்ட சாட்சி (Injured witness) :

காயம்பட்ட சாட்சி மிகச்சிறந்த சாட்சியாவார். - (1983) 1 Crimes 640 (All) : AIR 1974 SC 1822 : 1974 Cri LJ 890 : 1984 Cri LJ 1551 (Del).

97. மருத்துவச் சாட்சியம் (Medical Evidence) :

மருத்துவத் தாள்களில் அடங்கியுள்ள தாக்கப்பட்டதற்கான வரலாறு, சம்பந்தப்பட்ட நபரை முரண்படுத்துவதற்கு மட்டும் பயன்படுவதாகும். அதனைச் சான்றுறுத்தத்திற்கும் பயன் படுத்தலாம் - State V. Ashok 1997 Cri LJ 454 (Bom).

98. இயற்கையான சாட்சி (Natural witness) :

1. நபர் ஒருவரின் வீட்டிற்கு எதிரில் வசிக்கும் அவரது உறவினர்கள் அவரது வீட்டிற்குள் நுழையும்போது, அந்த நபரின் மரண ஓலத்தைக் கேட்டார்கள். அந்தச் சாட்சி நம்பக்கூடிய சாட்சியாகும். - 1992 Cri LJ 3935 (SC).

2. சம்பவத்தின்போது இருந்து சம்பவத்தை நேரில் பார்த்த உறவுக்கார சாட்சிகள் இருவர் நம்பக்கூடிய சாட்சிகளாவர். - 1994 Cri LJ 1980 (SC).

99. வயதான சாட்சி (Old age witness):

1. ஒருவர் வயதான சாட்சி என்பதால் அவரது சாட்சியத்தை அப்படியே நம்பவேண்டும் என்பதில்லை. - AIR 1939 Cal 595. நபர் ஒருவரின் நம்பகத்தன்மைக்கு அவரது வயது உத்தரவாதம் அளிக்கமுடியாது.

70 வயதான ஒருவரின் மற்றைய சாட்சியம் ஏற்றுக்கொள்ள முடியாததாக இருக்கும்போது, மற்ற சாட்சிகளைக் கொண்டு உறுதி செய்யப்படாத அவரது சாட்சியத்தின் அடிப்படையில் தண்டனை வழங்குதல் முடியாது. - 1989 Cri LJ (NOC) 214 (Gau).

100. அலுவல் சார்ந்த சாட்சி (Official witness)

1. சாட்சியமளிப்பவர்கள் அதிகாரிகள் என்பதால் அவர்களது சாட்சியங்களை நிராகரித்தல் கூடாது. - AIR 1956 SC 217 ; AIR 1985 SC 1092 ; 1985 Cri LJ 1357.

2. அரசாங்க அதிகாரிகள் மற்றும் காவல்துறை அதிகாரிகளின் சாட்சியங்களை நம்பமுடியாதென்று கூறமுடியாது. - AIR 1985 SC 1092 : 1985 Cri LJ 1357.

3. விலங்கு ஒன்று வேட்டையாடப்பட்டு கொல்லப்பட்டது என்று வனச்சரகர் சாட்சியமளித்திருக்கும்போது, அதற்குச் சான்றுறுத்தம் (Corroboration) தேவையில்லை. - 1989 Cri LJ 2038 (ker)

101. சாட்சியின் தகுதி (Status of witness)

1. சாட்சி ஒருவர் மிகவும் கீழான தகுதியில் (Low status) உள்ளவர் என்று அவரது சாட்சியத்தை நிராகரித்தல் கூடாது. - AIR 1924 SC 106 ; 1968 Cri LJ 1362 ; AIR 1963 AP 447.

2. சாட்சி ஒருவர் சமூகத்தில் தாழ்ந்த நிலையினர் என்பதால், அவரது சாட்சியத்தை நம்பவில்லை என்று கூறமுடியாது. - AIR 1982 SC 1511 : 1982 Cri LJ 1.

3. சாட்சி ஒருவரின் மரியாதையைச் செல்வத்தை வைத்து அளவிடப்படுவதில்லை; எந்த வகையிலும் அவமரியாதை உரியவரல்லாத நபர் ஒருவர் மரியாதைக்குரியவராவார். - AIR 1959 Mad 450 ; 1959 Cri LJ 1189.

4. துப்புரவுத் தொழிலாளி ஒருவர் நேர்மையான வகையில் உழைத்து வாழும்போது, அவர் ஒரு தகுதியான மனிதரல்ல என்று கூறமுடியாது. - AIR 1976 SC 91 : 1976 Cri LJ 179.

5. உயிலில் கையொப்பமிட்டவர்கள் தகுதிவாய்ந்த சாட்சிகள் இல்லை என்று அவர்களது சாட்சியத்தை நிராகரித்தல் கூடாது. - AIR 1924 PC 106.

6. வழக்கறிஞர் தொழிலை நடத்துகின்றவர்கள் திறந்த மனமுடையவர்களாகவும் உண்மையானவர்களாகவும் இருத்தல் வேண்டும்.

102. தயாரிக்கப்பட்ட சாட்சி (Stock witness) :

1. காவல்துறை தொடுத்த வழக்கில் நான்கு அல்லது ஐந்துமுறை சாட்சிகளாகத் தோன்றி சாட்சியமளித்திருக்கும்போது, அவர்கள் உண்மையான சாட்சிகளாகமாட்டார்கள். - AIR 1971 SC 356 : 1971 Cri LJ 290.

2. காவல்துறையினர் சாட்சிகளைப் பொய்யாகத் தயாரித்து, அவர்களைச் சாட்சியமளிக்கச் செய்துவரும் நடைமுறை கண்டிக்கத் தக்கதாகும். - AIR 1981 SC 613 : 1981 Cri LJ 5.

103. தனிப்பட்ட நபரோ அல்லது சமுதாயத்தின் ஒரு பிரிவினரோ, தமக்குரிய பரிகாரத்திற்காகச் சட்டத்தைத் தமது கையில் எடுத்துக்கொள்ளமுடியாது. - AIR 1971 SC 381 : 1971 Cri LJ 311.

104. நீதியிலிருந்து விலகி நபர் ஒருவர் தமக்குரிய பரிகாரத்தைக் கோரமுடியாது. - AIR 1980 SC 785 : 1980 Cri LJ 426.

105. சாட்சி ஒருவர் நம்பப்படக் கூடியவரா இல்லையா என்பதனை நீதிமன்றம் முடிவுசெய்யும். - AIR 1956 SC 546 : 1956 Cri LJ 950.

106. சாட்சி ஒருவரின் சாட்சியத்தில் ஒரு பகுதியை ஏற்கவும், மற்றொரு பகுதியை மறுக்கவும் செய்யலாம். 1987 Cri LJ 374 (Guj).

107. எதிரிக்கும் இறந்துபோனவர்கும் இடையில் நடந்த உரையாடலை ஒன்றுவிடாமல் சாட்சி சொல்லவில்லை என்பதற்காக, அவரது சாட்சியத்தை நிராகரிப்பது சரியான காரணமாகாது. -AIR 1981 SC 617 : 1981 Cri LJ 9.

108. சம்பவத்தை நேரடியாகப் பார்த்த சாட்சி, முதல் தகவல் கொடுக்கவில்லை. அதனால் அவரது சாட்சியத்தை மிகவும் துல்லியமாக ஆய்வு செய்தல் வேண்டும். இதில் சான்றுறுத்தத்தை வலியுறுத்த வேண்டும். - AIR 1956 SC 379 : 1956 Cri LJ 777.

109. தன்னை எதிரி மிரட்டியதால் ஆறு மாதம் வரையில் சாட்சியமளிக்காது தொடர்ந்து மௌனமாக இருந்ததாகச் சாட்சி கூறினார். அவரது சாட்சியத்தை நம்புவது பாதுகாப்பற்றதாகும். - AIR 1980 SC 102 : 1980 Cri LJ 189.

110. காவல்துறையினர் பலமுறை கேள்வி எழுப்பிய போதிலும், சாட்சி சம்பவத்தைப் பற்றி நான்கு மாதமாக எதுவும் சொல்லாது இருந்தார். அந்தச் சாட்சியம் நம்ப முடியாததாகும். AIR 1980 SC 873 : 1980 Cri LJ 564.

111. உணவுக் கலப்பட வழக்கில், உணவு ஆய்வாளர் (Food Inspector) ஓர் அக்கறைகொண்ட சாட்சியாவார். அதனால் உணவு ஆய்வாளர் அளித்த சாட்சியத்தை அடிப்படையாகக் கொண்டு தண்டனை வழங்கக்கூடாது என்பதற்கு சட்டவிதி எதுவுமில்லை. சான்றுறுத்தம் என்பது எச்சரிக்கை விதியாகுமே (rule of prudence)

தவிர, அது சட்டவிதி (rule of law) ஆகாது. - AIR 1977 SC56 ; 1977 Cri LJ 12.

112. சம்பவத்தை நேரடியாகப் பார்த்த சாட்சி, சம்பவத்தில் இறந்து போனவரை இடையிட்டுப் பாதுகாக்கவில்லை என்று காரணங்காட்டி, அவரது சாட்சியத்தை நிராகரிக்கமுடியாது. - 1981 Cri LJ 733 ; AIR 1983 SC 680.

113. சம்பவத்தில் இறந்துபோனவரின் நெருங்கிய உறவினர் பயம் காரணமாகச் சம்பவ இடத்திலிருந்து அகன்று, பாதுகாப்பான இடத்திலிருந்து சம்பவத்தைப் பார்த்திருக்கலாம். - AIR 1973 SC 2617 ; 1973 Cri LJ 1778.

114. சம்பவத்தை நேரடியாகப் பார்த்த சாட்சி காயம் எதுவும் படாமல் தப்பியதால், அவர் சம்பவத்தில் இறந்து போனவருடன் இருந்திருக்க முடியாதென்று கருதமுடியாது. - AIR 1981 SC 697 : 1981 Cri LJ 410.

115. சம்பவத்தை நேரடியாகப் பார்த்த சாட்சி, காயம்பட்டவரை அழைத்துக்கொண்டு நேரடியாகக் காவல் நிலையத்திற்குச் செல்லாமல், மருத்துவமனைக்குச் சென்றார். அதனால் அந்தச் சாட்சியின் சாட்சியத்தை நம்பக்கூடாதென்பதில்லை. - AIR 1981 SC 617 : 1981 Cri LJ 9.

116. காயம்பட்டவர் மருத்துவரிடம் சிகிச்சை பெறும்போது, அவரைத் தாக்கியவரின் பெயரை மருத்துவரிடம் கூறவில்லை. மருத்துவரின் முதல் கடமை நோயாளிக்குச் சிகிச்சை அளிப்பதே ஆகும். - Pattipati V. State, AIR 1985 SC 1715 : 1985 Cri LJ 2012 : Bhargavan V. State AIR 2004 SC 1058.

117. சாட்சி ஒருவர் கடுமையான காயங்களைப் பெற்றிருக்கும்நிலையில், அவர் சம்பவ இடத்தில் இருந்திருக்க முடியாதென்று சந்தேகிக்க முடியாது. - AIR 1981 SC 646 ; 1981 Cri LJ 164 ; AIR 1976 SC 1822 : 1974 Cri LJ 1563 : 1981 SC (Cri) 581.

118. சாலையில் அல்லது கடைவீதியில் சம்பவம் ஒன்று நடந்திருக்கும்போது, அங்கு நடந்து சென்றவர் அதனைப் பார்த்திருக்க முடியும். அவர் இயற்கை சாட்சி (Natural witness) ஆவார். அங்கிருந்த கடைக்காரர்களை விசாரிக்கவில்லை என்பதால் அவரது (பாதசாரியின்) சாட்சியத்தை நிராகரித்தல் கூடாது. - 1992 Cri LJ 2225 (Ker).

119. சாட்சி ஒருவர் தானாக முன்னிலையாகி சாட்சியமளித்தார் என்பதற்காக அவரது சாட்சியத்தை மறுக்கக்கூடாது. - 1987 Cri LJ 2078 (Kant).

120. அரசு தரப்பு முக்கியமான சாட்சிகள் அனைவரையும் விசாரித்தல் வேண்டும்.

1. அரசு தரப்பு முக்கியமான சாட்சிகள் அனைவரையும் விசாரித்தல் வேண்டும். அவ்வாறு செய்ய தவறினால், அரசு தரப்பு வழக்கின் உண்மைத் தன்மை பாதிக்கப்படும். - AIR 1971 SC 1586 ; 1971 Cri LJ 1173.

2. முதல் தகவல் அறிக்கையில் (F.I.R).பட்டியலிடப்பட்ட, சம்பவத்தை நேரடியாகப் பார்த்த சாட்சிகள் அனைவரையும் விசாரிக்க வேண்டுமென்ற அவசியமில்லை. - AIR 1971 SC 2156 : 1971 Cri LJ 1468 : AIR 1977 SC 101 : 1977 Cri LJ 343.

3. சம்பவத்தை நேரடியாகப் பார்த்த சாட்சிகள் பெரும் எண்ணிக்கையில் இருக்கும்போது, அவர்களில் நேர்மை யானவர்களை அரசுதரப்பு தேர்ந்தெடுத்து சாட்சியமளிக்கச் சொல்லலாம். - AIR 1968 SC 1402 : 1968 Cri LJ. 1655; AIR 1965 SC 328 ; 1965 Cri LJ 350; AIR 1973 SC 2673 ; AIR 1945 PC 42 ; 1946 Cri LJ 394 : AIR 1936 PC 289.

121. பல்வகை (Miscellaneous) :

1. இரத்தம் தோய்ந்த மண், வேதியல் ஆய்வுக்கு அனுப்பி வைக்கப்பட்டது. அதில் கால இடைவெளி கடுமையான

விளைவுகளை ஏற்படுத்தும். இது எதிரியின் வாதம் உண்மையான தென்று உறுதிப்படுத்தும். - AIR 1976 SC 2263 : 1976 Cri LJ 1736.

2. மண்ணில் படிந்திருந்த இரத்தக்கறை மனித இரத்தம் என்பதால், அது சம்பவத்தில் இறந்துபோனவரின் இரத்தம் என்றாகிவிடாது. - AIR 1963 SC 74 : 1963 Cri LJ 70.

3. கணவன், மனைவியை மருத்துவமனைக்கு எடுத்துச்சென்றான். கணவனின் இந்த நடத்தை, அவன் மனைவிக்கு விடத்தைக் கொடுத்து கொன்றிருக்க முடியாது என்பதனைத் தெளிவுப்படுத்துகிறது.

4. எதிரி இரத்தக்கறைப் படிந்த பொருள்களை ஒப்படைத்தார் என்பதால், அவர் கொலை செய்திருப்பார் என்ற முடிவுக்கு வருதல் கூடாது. - AIR 1963 SC 1113 : (1963)2 Cri LJ 182.

5. சடலக் கூராய்வு அறிக்கை ஒரு நிலைத்த சான்றாகாது. அதனால் நினைவுப் படுத்திக்கொள்வதற்கு, மருத்துவர் அந்த அறிக்கையைப் பார்த்துக்கொள்ளலாம். அதில் காணப்படும் முரண்பாடுகள் குறித்து, எதிரி தரப்பில் கேள்விகள் கேட்கலாம். - 1979 Cri LJ 236.

6. நபர் ஒருவர் சம்பவ இடத்திலிருந்து அச்சமுற்று ஓடியிருக்கலாம். அவர் அவ்வாறு ஓடும்போது, இரத்தம் தோய்ந்த உடையோடும், கையில் கத்தியோடும் ஓடினார். அதனால் அவர் கொலையைச் செய்திருக்கலாம். - AIR 1974 SC 691 : 1974 Cri LJ 617.

7. காயங்கள் தலையிலும் கழுத்திலும்பட்டது. அது உடம்பின் முக்கியமான பாகங்களாகும். தோள்பட்டையில் காயம்பட்டிருக்கும்போது அது முக்கியமான பாகமாகாது. - AIR 1958 SC 672 : 1958 Cri LJ 1251.

8. ஆயுதத்தைக் கைப்பற்றியது எதிரிக்கு எதிரான மிக முக்கிய சூழ்நிலையாகாது. - AIR 1976 SC 2304 : 1976 Cri LJ 1757.

9. கையாடல் (Misappropriation) என்பதனை ஊகிக்க முடியாது. அது குற்ற வழக்குத் தொடுத்தவரால் நிரூபிக்கப்பட வேண்டும். - AIR 1981 SC 1646 : 1981 SC (Cr) 616.

10. சுடப்பட்டவர்தான் உரிய நபர் என்று நல்லெண்ணத்தின் பேரில் குறிவைத்து எதிரி அவரை சுட்டார். அதனால் அவர் இறந்துபோனார். எதிரி, இ.த.ச. பிரிவு 302-இன்கீழ் கொலை செய்தவராகமாட்டார். - AIR 1970 SC 126 : 1970 Cri LJ 1133.

11. பாலுடன் தண்ணீரைக் கலப்பது கலப்படமாகும். - AIR 1977 SC 435 : 1977 Cri LJ 267.

12. காயம்பட்டவர் நடுவர் முன் அளித்த வாக்குமூலத்தில் எதிரியின் பெயரைக் குறிப்பிடவில்லை. வழக்குச் சந்தேகத்திற்குரிய தாகும். - AIR 1980 SC 1160 : 1980 Cri LJ 914.

13. சம்பவம் விபச்சார விடுதியில் நடந்தது. அதில் தரமான சாட்சியை எதிர்ப்பார்க்க முடியாது. - AIR 1973 SC 944 : 1973 Cri LJ 687.

14. கத்தி ஒரு அபாயகரமான ஆயுதமாகும். - AIR 1978 SC 315 : 1978 Cri LJ 347.

15. நடுவர் (Magistrate) ஒருவர் தான் பிறப்பித்த ஆணையை மறு ஆய்வு செய்யவோ அல்லது திரும்பப் பெறவோ (Recall) முடியாது. - AIR 1977 SC 2432 ; 1977 SC (Cri) 33.

16. புலன் விசாரணையின்போது அளித்திட்ட வாக்குமூலத்தை, சாட்சி ஒருவர் சாட்சியமளிக்கும்போது நினைவுப் படுத்திக்கொள்ள அதனைப் பார்க்க முடியாது. - 1963 Cri LJ 198.

17. குற்ற விசாரணை முறைச் சட்டம், பிரிவு 161-இன்கீழ் காவல்துறையினரால் விசாரிக்கப்படாத சாட்சியை அரசு தரப்புச் சாட்சியாக விசாரிக்கலாம். - 63 CWN 454 : AIR 1959 Cal 176 ; 1959 Cri LJ 318.

18. எதிரி, திருமணமாகாத பெண்ணொருத்தியுடன் கள்ளத்தொடர்பு வைத்திருந்தான். அவள் அதனால் கர்ப்பமடைந்தாள். இது மட்டுமே அந்தப் பெண்ணை எதிரி கொலை செய்தான் என்பதற்குப் போதுமானதாகாது. - AIR 1970 SC 436 : 1970 Cri LJ 519.

19. எதிரி பதினாறு வயதுக்கு உட்பட்டவராக இருக்கும்போது, அவர் குழந்தையாவார். - AIR 1981 SC 2037; 1981 Cri LJ 1497 ; AIR 1982 SC 1057.

20. கொலை வழக்கில் ஆயுள் தண்டனை அளிப்பது அவசியமாகும். ஆனால் மரண தண்டனையை அரிதினும் அரிதான வழக்கில் மட்டுமே கொடுக்க வேண்டும். - AIR 1981 SC 764 : 1981 Cri LJ 324 : 1981 SC (Cri) 163.

122. வரதட்சணை மரணம் (Dowry death) :

1. வரதட்சணை கொடுக்கவில்லை என்பதற்காக, பெண்ணொருவர் அவரது கணவர் மற்றும் எதிரி நபர்களால் கொடுமைப்படுத்தப்பட்டார். அந்தப் பெண் வரதட்சணை கேட்கப்பட்டு கொடுமைப்படுத்தப்பட்டார் என்பதனை அந்தப் பெண்ணின் பெற்றோர் காவல்துறையினரிடம் வாக்குமூலம் எதனையும் கொடுக்கவில்லை. சம்பவம் நடந்து 11 மாதங்கள் கழித்த பின் கொடுக்கப்பட்ட புகாரின்பேரில் இந்த வழக்குத் தொடுக்கப் பட்டிருக்கிறது. இந்த வழக்கில் அரசு தரப்பு எதிரிக்கு எதிராகக் குற்றதை நிரூபித்திருந்தபோதிலும், தனிப்பட்ட சூழ்நிலையை அடிப்படையாகக் கொண்டு எதிரிக்குத் தண்டனை வழங்க முடியாது. அதனால் தண்டனை இரத்துச் செய்யப்படுகிறது. - 2004 Cri LJ 1394 C (SC).

2. சாட்சிகள் உறவினர்கள் என்பதால், தானாகவே அந்தச் சாட்சியத்தை நிராகரிக்கக்கூடாது. - 2004 Cri LJ 1391A (SC).

3. சந்தேகம் என்பது காரணமுடையதாக இருத்தல் வேண்டும். - 2005 Cri LJ 108C (SC).

4. சம்பவ இடம் பற்றிய வரைபடம் (Site plan) தயாரிப்பதென்பது சாதாரணமாக ஒரு சம்பிரதாயமான (mere formality) தல்ல; அது அவசியமானதாகும். எதிரி குற்றத்தைச் செய்தாரா இல்லையா என்பதனைக் கண்டறிந்து முடிவு செய்வதற்கு, வரைபடம் அவசியமானதாகும். எதிரி எந்த இடத்திலிருந்து துப்பாக்கியால் சுட்டார் என்பதனையும் இறந்துபோன நபர் (deceased) சம்பவத்தின்போது எந்த இடத்தில் நின்று கொண்டிருந்தார் என்பதனையும் வரைபடத்தில் குறிப்பிடப்படாதபோது, சந்தேகத்தின் பலன் எதிரிக்குக் கொடுக்கப்பட்டு, எதிரி விடுதலைச் செய்யப்படுவார். - 2005 Cri LJ 299B (Madh pra).

5. இயற்கையான சாட்சி (Natural witness) :

இயற்கை சாட்சி அக்கறை கொண்ட சாட்சி என்பதால் அந்தச் சாட்சியத்தைச் சந்தேகப்படுதல் கூடாது. - 2005 Cri LJ 618 B (Madras).

6. நபர் ஒருவர் தாக்கப்பட்டு இறந்துபோனதை பார்த்த நபர் முதல் தகவல் கொடுத்தார். முதல் தகவல் அறிக்கை (F.I.R).யில் சில விவரங்களைக் குறிப்பிடாது விட்டிருந்தால், அவரது சாட்சியத்தில் சந்தேகங் கொள்ளுதல் கூடாது. மூளையைப் போட்டு வருத்திக் கொண்டிருந்தவர் முதல் தகவல் அறிக்கையில் அனைத்து விவரங்களையும் கொடுப்பார் என்று எதிர்ப்பார்க்க முடியாது. - 2005 Cri LJ 618C (Madras).

7. காயம்பட்ட சாட்சியின் சாட்சியம் மிக உயர்நிலைச் சாட்சியமாகும். அவரது சாட்சியம் கோர்வையாகவும் சரியானபடி

உணர்த்தும் வகையிலும் இல்லை என்பதற்காக, அவரது சாட்சியத்தைச் சந்தேகப்படுதல்கூடாது. - 2005 Cri LJ 618 D (Madras).

123 பெண்மைநலம் பழித்தல் (பெண்ணை அவமானப்படுத்தல்) (Outraging modesty) :

எதிரி, பெண்ணொருத்தியின் பின்பக்கத்தைத் தழுவி அவளது மார்பகங்களைக் கசக்கினான். இந்தத் தரப்பினர்களுக் கிடையில் சுமூகமான உறவு இல்லை. புகார்தாரரின் வளாகத்தைக் காலிசெய்வது தொடர்பாக இவர்களுக்கிடையில் அடிக்கடி சண்டைகள் நடந்து வந்தன. புகார்தாரர் எதிரிக்கு எதிராகவும் மற்ற மூன்று நபர்களுக்கு எதிராகவும் பல்வேறு குற்றச்சாட்டுகளைச்சுமத்தி புகார் கொடுத்தார். அந்த மூன்று நபர்களும் வழக்கிலிருந்து விடுவிக்கப் பட்டார்கள். எதிரி மட்டும், இ.த.ச. பிரிவு 354-இன்கீழ் தண்டிக்கப் பட்டார். சாட்சிகளின் சாட்சியங்களில் சம்பவ இடமும் சம்பவம் பற்றிய விவரமும் வேறுபடுகின்றன. ஆகையால், எதிரிக்குச் சந்தேகத்தின் பலனை நல்கி எதிரி விடுதலைச் செய்யப்படுகிறார். - 2005 Cri LJ 880 A (SC).

பிரிவு 4
வழக்குத் தீர்வுகள்
(Case Laws)

1. பிரிவு 4-இன்கீழ் கொணரப்படும் ஒவ்வொரு வழக்கிலும் நீதிமன்றம் அனுமானித்தறிவதற்குக் கடப்பாடுடையதாக இருக்கிறது. -1958 Cri. L.J.232.

2. "அனுமானிக்க வேண்டும் (Shall presume)" என்ற சொற்களுக்கான பொருளை, Vijayee Singh V. State of U.P. (1990) 3 SCC 190 : 1990 SCC (Cri) 378 -இல் காண்க.

3. "நிரூபிக்கப்படவில்லை (not proved)", "பொய்ப்பிக்கப்பட்டது (disproved)" என்பதற்கான வேறுபாட்டை Shri Kishan V.Barwarilal, AIR 1974 Raj 96 - இல் காண்க.

4. "அறுதியான மெய்ப்பிப்பு (conclusive proof)" என்பதற்கான பொருளை, Somawanti v. state of Punjab, AIR 1963 SC 151 -இல் காண்க.

5. வாக்காளர் பட்டியல் மற்றும் தேர்தல் ஆணையத்தால் வழங்கப்பட்ட அடையாள அட்டையில் காணப்படும் பிறந்ததேதி, அறுதியான (conclusive) சான்றாகாது. Sushil kumar V. Rakesh, AIR 2004 SC 230.

6. அனுமானம் (Presumption) சட்டப்படியானதாக இருத்தல் வேண்டும்.

எதிரியிடமிருந்து பணம் கைப்பற்றப்பட்டது. அந்தத் தொகை கடன் பெற்றது மூலம் கிடைக்கப் பெற்றது என்று எதிரி கூறுவதை நம்ப முடியவில்லை. இந்தியச் சாட்சியச் சட்டம், பிரிவு 114, எடுத்துக்காட்டு (அ)-இல் கொடுக்கப்பட்டுள்ளதை இதற்குப் பொருத்திப் பார்த்தல் வேண்டும்.

அதனால், எதிரி இலஞ்சத்தைப் பெற்றிருப்பார் என்று அனுமானித்தல் வேண்டும்.

ஆகையால், எதிரிக்குத் தண்டனை அளிக்கப்பட்டது சரியானதாகும். 2004 Cri LJ 620A (SC).

பிரிவு 5
வழக்குத் தீர்வுகள்
(Case Laws)

1. இந்தப் பிரிவை, பிரிவு 105-வுடன் சேர்த்துப் படிக்க வேண்டும். Yogendra Motarji V. State of Gujarat, (1980) 2 SCC 218 : 1980 SC (Cri) 394.

2. தரப்பினர்கள் ஒப்புதல் தெரிவிப்பதால், தொடர் பில்லாததைத் தொடர்புடையதாக ஆக்க முடியாது. - AIR 1962 Guj

68, 74 ; AIR 1966 SC 1072, 1073; (1963) 2 SC R 348; (1963) 2 SC J 348.

3. அனுமதிக்கப்படும் பகுதி, அனுமதிக்கப்படாத பகுதி யிலிருந்து துண்டிக்கப்பட்டால், ஆவணங்கள் முழுவதையும் நிராகரிக்க முடியாது. - AIR 1936, Lahore 81, 83.

4. ஆட்சேபணைக்கான வாய்ப்புக் கீழமை நீதிமன்றத்தில் கிடைக்கப்பெறும் நிலையில், மேல்முறையீட்டிலும் கிடைக்கும். - AIR 1966 Cal 504, 509; (1967) 1 LLJ 483.

பிரிவு 6
வழக்குத் தீர்வுகள்
(Case Laws)

1. சாட்சி ஒருவரிடம் தகவல் சொன்னது சாட்சியமாக அனுமதிக்கக்கூடியதாகும். அது தொடர் நிகழ்வின் (res gestae) ஒரு பகுதியாகும். - 1981 Cri. LJ 729.

2. கொலை செய்யப்படுவதற்கு மிகவும் அண்மையில் இறந்துபோனவர் (deceased)கொடுத்த வாக்குமூலம் அனுமதிக்கத் தக்கதாகும். - 1997 (4) SCC 161.

3. தொடர் நிகழ்வு (Res gestae)-இன் விளக்கம். காண்க. 1997 (2) ALT (Crl) 554; 1993 (1) LS 161 - 1993 (1) An. W.R.173 = 1995 ALT (Crl) 504.

4. கேள்விப்பட்ட சாட்சியம் - அனுமதிக்கத்தக்கதாகும். - 1999 (4) Crimes 191 (SC).

5. பிரிவு 6, எடுத்துக்காட்டு (அ)-இல் "அருகிலிருந்தவர்கள் (by standers)" என்ற சொல்லின் பொருள் யாதெனின், அடிக்கும் நேரத்தில் முன்னிலையாகியிருந்த நபர்கள் என்று பொருள்படும்.

அடிக்கப்பட்ட பிறகு கூடிய நபர்கள் என்று பொருள்படாது. - Mahendra V. State of M.P. 1975 Cri LJ 110 (MP),

6. முதல் தகவல் அறிக்கையை, இச்சட்டப்பிரிவு 6-இன் கீழ் பயன்படுத்தலாம். - Shyam Nandian Singh V. State of Bihar, 1991 Cri LJ 3350 (Pat).

7. பிரிவு 6, 7, 8, 9 ஆகியவற்றை ஒன்றாக இணைத்துப் படிக்க வேண்டும்.

8. கண்ணுற்ற சாட்சி (eye witness) என்பவர் சம்பவத்தை நேரில் பார்த்திருக்க வேண்டும். கண்ணுற்ற சாட்சியின் சாட்சியம் இல்லையென்றால், அது, பிரிவுகள், 6,8-இன்கீழ் கேள்விப்பட்ட சாட்சியமாகிவிடும். - AIR 1965 J & K 37 : 1965 Cri LJ 554.

9. கற்பழிக்கப்பட்ட பெண், தன்னைக் கற்பழித்தவன் சென்ற பின்னர், தனது தாயாரிடம் நடந்த விவரத்தைக் கூறினாள். அது அனுமதிக்கக்கூடிய சாட்சியமில்லை. - AIR 1930 Cal 132 ; 50 Cal LJ 524.

10. மனைவி, தனது கணவனால் வைத்துக் கொளுத்தப் பட்டாள். அவள் கொளுத்தப்படும்போது "என்மீது தீ வைக்கப் பட்டதால் நீ ஓடிவிடு" என்று கூறினாள். இது, பிரிவுகள் 6,7-இன் கீழ் அனுமதிக்கக்கூடிய சாட்சியமாகும். - 1993 Cri LJ 3709 (All).

11. எதிரி முன்னதாக நபர் ஒருவரை மிரட்டினார். அதன் பிறகு அவரைக் கொலை செய்துவிட்டு, கொலை செய்யப்பட்டவரின் தந்தையிடம், "உனது மகன் காணாமல் போனதற்கு என் பங்கு உள்ளது என்றார். அதன்பிறகு இறந்தவரின் உடல் சூளையில் கிடப்பது கண்டறியப்பட்டது. எதிரியின் வாக்கு மூலம் அனுமதிக்கக் கூடியதாகும். - AIR 1957 SC 211 : 1957 Cri LJ 328.

பிரிவு 7

1. ஒலி நாடாவில் பதிவு செய்த உரையாடலை, உரையாடிய தரப்பினர்களில் ஒருவரைக் கொண்டு சான்றுறுத்தம் (Corroboration) செய்தல் வேண்டும்; அப்போது மட்டுமே அது நம்பப்படும். அத்தகைய உரையாடல் சம்பந்தமாகச் சாட்சியம் அளிக்கப்படவில்லையேல் ஒலி நாடாவில் பதிவு செய்யப்பட்ட உரையாடல் சரியான சாட்சியமாகாது. - Mahabir prasad verma V. Surinder kaur, (1982) 2 SCC 258 : AIR 1982 SC 1043 : (1982) 3 SCR 607.

2. ஒலிநாடாவில் பதிவு செய்த உரையாடலுக்குரிய நபரை ஒரு சாட்சியமாகக் கொண்டு நீதிமன்றத்தில் விசாரிக்கவில்லை. அதனால் ஒலிநாடாவில் பதிவு செய்த உரையாடல் சான்றாக ஏற்றுக் கொள்ளப்படமாட்டாது. - (Jagir singh V. Jasdev singh, (1975) 4 SCC 380.

3. குற்றம் நடந்த இடத்தில் அல்லது குற்றம் நடந்த இடத்திற்கும் அருகில் கால் ரேகை இருப்பது; அல்லது குறிப்பிட்ட இடத்திலிருந்து குற்றம் நடந்த இடத்திற்குக் கால்ரேகை வந்திருப்பது அல்லது குறிப்பிட்ட இடத்திற்குச் சென்றிருப்பது தொடர்புடைய சாட்சியமாகும். - AIR 1942 sind 11 ILR 1941 Karachi 525; (1954) 56 punj LR 155, 158.

4. கொலை நடந்த தேதியில் கொலை செய்யப்பட்டவர் தனது பணம், நகைகளை எதிரியிடம் கேட்ட சங்கதி அனுமதிக்கக் கூடியதாகும். - AIR 1949 All 291 : 50 Cri LJ 498.

5. புதிதாக ஒலிப்பதிவு செய்யப்பட்டதை முன்னதாக ஒலிப்பதிவு செய்யப்பட்ட குரலுடன் ஒப்பிட்டுப் பார்ப்பது சாட்சியமாக அனுமதிக்கக்கூடியதாகும். - AIR 1969 Punj 350 : 1969 Cri LJ 1422.

பிரிவு 8
வழக்குத் தீர்வுகள்

1. நோக்கத்தை நிரூபிப்பதற்கு, காண்க : 1981 Cri LJ 1278 : AIR 1978 SC 383 : 1977 Cri LJ 273; 1981 Cri LJ 714; AIR 1987 SC 1222.

2. சாட்சியின் நடத்தை - தொடர்புடைமை. - 1997 (1) ALT (Crl) 336.

3. தொடர்புடைமை
(Relevancy)

1. குற்றம் ஒன்றைச் செய்வதற்கான ஆர்வம் (interest) அல்லது நோக்கம் (Motive); குற்றம் ஒன்றைச் செய்வதற்கான ஏற்பாடு (Preparation), குற்றஞ் செய்யப்படுவதற்கு முன்னரும், குற்றஞ் செய்யப்பட்டதற்குப் பின்னரும் குற்றவாளியின் நடத்தை ஆகியன (Conduct) தொடர்புடைய சங்கதிகளாகும்.

4. நோக்கம்

1. நோக்கம் என்பது இரண்டு பக்கமும் விளிம்புள்ள ஓர் ஆயுதமாகும். - 1989 Cri LJ 1585 (MP).

எனினும் நோக்கம் குற்றம் ஒன்றை நிரூபிக்காது. - (1962) 2 Cri LJ 694 (MP) ; 1975 Cri LJ 132 : 1974 Punj LJ (Cri) 338.

2. சாட்சியம் நேரடியானதாக இருந்தால் அது ஏற்றுக்கொள்ளப்படும். நோக்கம் நீதிமன்றத்தை அச்சுறுத்த முடியாது. - AIR 1986 SC 1899 : 1986 Cri LJ 1903.

3. குற்றத்திற்கான நோக்கம் தெளிவாக நிரூபிக்கப்பட்டிருந்தால், அது குற்றத்தைக் கணிப்பதற்குக் கூடுதல் உதவியாக இருக்கும். - AIR 1955 SC 807, 810 ; 1955 Cri LJ 1653; 73 CWN 468, 475.

தீர்ப்புகள் 86

4. நோக்கம் இல்லாதிருப்பது, குற்றத்திற்கான சூழ்நிலையை நிரூபிப்பதைப் பலவீனப்படுத்தாது. - AIR 1966 SC 1322 ; 1966 Cri LJ 960.

5. எப்போதும் நோக்கத்தை நிரூபிக்க வேண்டுமென்ற அவசியமில்லை. - AIR 1975 SC 118 ; 1975 Cri LJ 566.

சம்பவம் நிரூபிக்கப்பட்டால், நோக்கம் முக்கியமில்லாததாகி விடும். - AIR 1976 SC 2032 ; 1976 Cri LJ 1568

6. குழந்தை தந்தையுடன் உறங்கிக் கொண்டிருந்தது. தந்தையை எதிரி தாக்கும்போது குழந்தை விழித்துக் கொண்டது. அப்போது குழந்தை சப்தமிட்டு தாயை அழைத்தது; தந்தை தாக்கப்பட்ட உடனேயே குழந்தை சப்தமிட்ட நடத்தை, தொடர்புடைய சங்கதியாகும். - Uttam Singh V. State 2003 Cri LJ 560 (MP).

7. நடத்தை (Conduct)

எதிரியின் நடத்தை எதிரிக்கு எதிராக அனுமதிக்கத்தக்க தாகும். ஆனால் அவருடனான சக எதிரி (Co-accused)க்கு எதிராக அனுமதிக்க முடியாது. - AIR 1951 Punj 14.

8. காவல்துறையினர் எதிரியின் பார்வைக்கு அப்பால் இருக்கும்போது, எதிரிக்கும் புகார்தாரருக்குமிடையில் நடந்த உரையாடல் பதிவு செய்யப்பட்டது. அது பிரிவு 8-இன்கீழ் சாட்சியமாக ஏற்கத்தக்கதாகும். - AIR 1968 SC 147 : 1968 Cri LJ 103.

9. எதிரி, இரவில் கதவை உடைத்து வீட்டினுள் நுழைந்தார். அவர் வீட்டினுள் தடுத்து வைக்கப்பட்டபோது, "நான் தவறு செய்துவிட்டேன்; என்னை மன்னித்துவிடுங்கள்" என்றார். இது சாட்சியமாக ஏற்கக் கூடியதாகும். - ILR 22 Cal 391.

10. தலைமறைவாவது குற்றத்திற்கான சாட்சியமாகாது. - AIR 1963 SC 74 ; 1963 Cri LJ 70.

11. அரசு தரப்பு நோக்கத்தை நிரூபிக்கக் கட்டுப்பட்டதல்ல. - State of Haryana V. Sher Singh, (1981) 2 SCC 300; 1981 SCC (Cri) 421.

12. எதிரி சுட்டிக்காட்டியதன்பேரில், காவல்துறையினர் பெண்ணொருத்தியை மற்றொரு எதிரியின் பிடியிலிருந்து மீட்டார்கள். **தீர்ப்பு :** எதிரியின் நடத்தை சாட்சியமாக ஏற்கக் கூடியதாகும். - Bhupender prakash v. State (1985) 1 Crimes 524 (Del).

13. பதிவு செய்யப்படாத எதிரியின் வாக்குமூலத்தின் அடிப்படையில் திருட்டுப் பொருள்கள் கண்டுபிடிக்கப்பட்டன. **தீர்ப்பு :** எதிரியின் நடத்தைப் பற்றிய சான்று, பிரிவு 8-இன்கீழ் தொடர்புடைய தாகும். - Bejoy Mondal V. State of W.B.1984 Cri LJ 518 (Cal). (Prakash chand v. state, AIR 1979 SC 400, followed).

14. கொலை செய்வதற்குப் பயன்படுத்திய ஆயுதத்தை வாங்கிய கடைக்கு, எதிரி புலன் விசாரணை அதிகாரியை அழைத்துச் சென்றார். - புலன் விசாரணை அதிகாரியின் சாட்சியம், பிரிவு 8-இன்கீழ் தொடர்புடையதாகும். - H.P. Administration V. Om Prakash, (1972) 1 SCC 249; 1972 SCC (Cri) 88.

பிரிவு 9
வழக்குத் தீர்வுகள்
(Case Laws)

1. இந்தப் பிரிவு அடையாளங்காட்டல் அணிவகுப்பு (Identification parade) நோக்கத் திற்குரியதாகும். - காண்க. 1955 Cri LJ 196; 1960 Cri LJ 1681; AIR 1970 SC 1619; AIR 1978 SC 1204; 1972 Cri LJ 15; 1987 (3) SCC 331.

2. ஆள் அடையாளங் காட்டும் அணிவகுப்பு நடத்தப்படவில்லை. விசாரணை நீதிமன்றத்தில்தான் முதன்முதலில் அடையாளங் காட்டப்பட்டது. அது நம்பக்கூடியதாகாது. - 1997 (1) SCC 510.

3. விசாரணை நீதிமன்றத்தில் முதன்முதலில் அடையாளங் காட்டுவது பலவீனமான தன்மையதாகும். - 1999 (9) Supreme 155.

4. ஆள் அடையாளங்காட்டும் அணிவகுப்பை நடத்தக் கோருவதற்கு எதிரிக்குச் சட்டப்படி உரிமையில்லை. - Mahendra singh V. State, 1982 Raj CC 106.

5. ஆள் அடையாளங்காட்டும் அணிவகுப்பை நடத்தாதது வழக்கை இல்லாநிலையதாக்கிவிடாது. - Chandran V. State of Kerala, 1986 MLJ (Cri) 347.

6. ஆள் அடையாளங்காட்டும் அணிவகுப்பில் நான்கு எதிரிகளுடன் பன்னிரண்டு எதிரிகளைக் கலந்து வைத்தது போதுமானதாகாது. - State of A.P. V.K.V. Reddy, (1976) 3 SCC 454.

7. எதிரியின் புகைப்படம் உள்ளூர் செய்தித்தாள்களில் வெளியிடப்பட்டிருந்தது. எதிரியும் சில நாட்கள் காவல்துறையினரின் காவல் வைப்பில் (Police lock - up) அடைத்து வைக்கப்பட்டிருந்தார். அத்தகைய சூழ்நிலையில் எதிரி, அரசு தரப்புச் சாட்சிகளிடம் காண்பிக்கப்பட்டிருந் திருப்பார் என்பதனை மறுப்பதற்கில்லை. ஆகையால், அடையாளங் காட்டும் அணிவகுப்பு நம்புவதற்குரியதாக இல்லை. - Suryamoorthi V. Govindaswamy, (1989) 3 SCC 24, 32 ; 1989 SCC (Cri) 472; AIR 1989 SC 1410 : 1989 Cri LJ 1451.

8. இறந்த உடலை அடையாளங்காட்டுதல் (Identification of dead body) :

முகத்திலுள்ள தசைகளையெல்லாம் மண் அரித்திருக்கும் நிலையில், முகத்தின் எலும்புக்கூட்டை மட்டும் வைத்து ஒருவரை அடையாளங் காட்ட முடியாது. அந்த நபருடன் நெருங்கிய நிலையில் இருந்தவர்கள்கூட அவ்வாறு அடையாளங் காட்ட முடியாது. V.S. Reddy V. State of Hyderabd, AIR 1956 SC 379 ; 1956 Cri LJ 777.

9. பெற்றோரின் பொன் மற்றும் வெள்ளி ஆபரணங்களை அவர்களது மகள் நான்கு மாதங் கழித்து அடையாளங் காட்டினார். அந்தக் காலதாமதம் வழக்கை இல்லாததாக்காது. - (1981) 52 Cut T 126.

10. வேட்டி, வண்ணான் இட்ட குறியீட்டால் வண்ணானால் அடையாளங் காட்டப்பட்டது. இதில் ஆள் அடையாளங்காட்டும் அணிவகுப்பு அவசியமற்றதாகும். - 1975 Cri LJ 354 (Gau).

11. எதிரியிடமிருந்து பணம் மீட்கப்பட்டால் மட்டும் போதுமானதாகாது. அது அடையாளங் காட்டப்படுதல் வேண்டும். - AIR 1979 SC 1408.

12. ஆள் அடையாளங்காட்டல் நிலைத்த சான்று (Substantive evidence) கிடையாது. அதற்குச் சான்றுறுத்தம் தேவையாகும். நீதிமன்றத்தில் எதிரி அடையாளங் காட்டப்படாதபோது, அந்தச் சான்றால் எந்தவித பயனுமில்லை. - 1985 Cri LJ 90 (Cal).

13. சாட்சி, எதிரியை நீதிமன்றத்தில் அடையாளங்காட்ட தவறியிருக்கும்போது, ஆள் அடையாளங் காட்டல் அணிவகுப்பின் (T.I. Parade) அடிப்படையில் எதிரிக்குத் தண்டனை வழங்கமுடியாது. - 1988 Cri LJ 264 (Pat) : AIR 1972 SC 283 : 1972 Cri LJ 233.

14. இரவு வேளையில் இருட்டறையில் கற்பழிப்புக் குற்றஞ் செய்யப்பட்டது. கற்பழிக்கப்பட்ட பெண் டார்ச் வெளிச்சத்தில் எதிரியைப் பார்த்ததாகக் கூறினாள். ஆள் அடையாளங் காட்டும் அணிவகுப்பு (T.I. Parade) மூலம் அதனை உறுதிப்படுத்தாமல், முதன் முதலில் எதிரியை நீதிமன்றத்தில் அடையாளங்காட்டியது ஏற்றுக்கொள்ளப்பட மாட்டாது. - Devider Singh V. State AIR 2003 SC 3365 : (2003)11 SCC 488.

15. எதிரியை முன்னதாகத் தெரிந்திருக்கும்போது, ஆள் அடையாளங் காட்டும் அணிவகுப்புத் தேவையற்றதாகும். - State V.

Lekh Roy (1999) 4 A1 Cr LR 816 (SC) : (2000) 1 SCC247; Asha V. State 1997 Cri LJ 3508 (SC) : Saran Singh V. State, AIR 2002 SC 3652 : (2003) 1SCC 240; 1973 SC 236, 1993 Cri LJ 1800 (SC); Dharam Vir V. State, AIR 1974 SC 1156.

16. முதல் தகவல் அறிக்கையில் எதிரியின் பெயர் குறிப்பிடப்பட்டிருந்தால், ஆள் அடையாளங்காட்டும் அணிவகுப்புத் தேவையற்றதாகும். - Asha V. State 1997 Cri LJ 3508 (SC); Madhukar V. State, 1996 Cri LJ 1062 (Bom); Saran Singh V. State, AIR 2002 SC 3 652; 2003 Cri LJ 21 (2003) 1 SCC 240; Dana Jadav V. State (2002) 7 SCC 295; 2002 SCC (Cri) 1698: Dhanan joy VS. State, AIR 2002 SC 2787 ; (2002) 6 SCC 596 : 2002 SCC (Cri) 1444; Gopal V. State (2002) 9 SCC 744.

ஆள் அடையாளங்காட்டும் அணிவகுப்பை யார் நடத்துவது (Who will conduct T.I Parade) :

1. ஆள் அடையாளங் காட்டும் அணிவகுப்பு ஒரு நடுவரால் (Magistrate) நடத்தப்படுதல் வேண்டும். - AIR 1965 MP 225; AIR 1961 All 153 ; (1961) 1 Cri LJ 340.

அந்த நடுவர் நீதிமன்றத்தில் முன்னிலையாகி சாட்சியமளித்தல் வேண்டும்.

2. கிராம பஞ்சாயத்தார் (Village panch), மருத்துவர், வருவாய்த்துறை அதிகாரிகளும் மற்றையோரும் ஆள் அடையாளங்காட்டும் அணிவகுப்பை நடத்தலாம். -AIR 1965 MP 225 : (1965) 2 Cri LJ 507; I LR (1972) 1 Del 714.

3. ஆள் அடையாளங் காட்டும் அணிவகுப்பு முழுக்க முழுக்க காவல்துறையினரால் நடத்தப்பட்டிருக்கும்போது, அது, கு.வி.மு.ச. பிரிவு 162-ஆல் பாதிக்கப்படும். அது சாட்சியமாகவும் அனுமதிக்கப்படமாட்டாது. - AIR 1955 SC 104 : 1955 Cri LJ 196 : (1955) 1 SCR 903: AIR 1956 SC 526 : 1955 Cri LJ 930 : AIR 1970 SC 1619.

4. ஆள் அடையாளங் காட்டும் அணிவகுப்பில் கலந்து கொள்வதற்கு எதிரி மறுத்திருக்கும்போது, அவர் நீதிமன்றத்தில் அடையாளங் காட்டப்படுதலை எதிர்க்க முடியாது. - Munna V. State (2003) 10 SCC 599.

5. ஆள் அடையாளங் காட்டும் அணிவகுப்பை நடத்தச் சொல்லி எதிரி கேட்கலாம். - AIR 1968 All 333 : 1968 Cri LJ 1320.

6. ஆள் அடையாளங் காட்டும் அணிவகுப்பு நடத்தச் சொல்லி எதிரியால் கேட்கப்பட்டது. ஆனால் அரசு தரப்பு அதனை எதிர்த்தது. அதனால் ஆள் அடையாளங்காட்டும் அணிவகுப்பு நடத்தப்பெறவில்லை. இது எதிரிக்குச் சாதகமான நிலையை ஏற்படுத்தும். - AIR 1975 SC 175; 1975 Cri LJ 240.

7. எதிரி சம்பவ இடத்திலேயே கைது செய்யப்பட்டிருக்கும் போது, எதிரி வேண்டிக்கொண்டாலன்றி, மற்றப்படி ஆள் அடையாளங் காட்டும் அணிவகுப்பை நடத்த வேண்டியதில்லை. - AIR 1971 NSC 73 : 1971 Cri LJ 642 : AIR 1971 SC 708.

8. அடையாளங் காட்டுதல் என்பது உட்கிடையாகவோ வெளிப்படையாகவோ இருக்கலாம். - AIR 1955 SC 104, 114.

9. அடையாளங் காட்டுதலை, சைகையின் மூலமாகவோ, அல்லது சுட்டிக்காட்டுதல் மூலமாகவோ அல்லது தலையை அசைத்தல் மூலமாகவோ காட்டலாம். - AIR 1970 SC 1619, 1622.

10. அடையாளங் காட்டுபவர் (Identifier) விரலால் சுட்டிக்காட்டுதல் மூலமாகவோ அல்லது பொருளைத் தொடுதல் மூலமாகவோ அல்லது கேள்வி ஒன்றுக்குப் பதிலளிப்பது மூலமாகவோ அல்லது குறியீடு அல்லது சைகையின் மூலமாகவோ காட்டலாம். - AIR 1955 SC 104: 1955 Cri LJ 196.

11. இறந்த உடலை அடையாளங்காட்டுதல் (Identification of dead body) :

சம்பவம் நடந்து மூன்று வாரங்களுக்குப் பின்னர் இறந்தவரின் உடல் அழுகிய நிலையில் மீட்கப்பட்டது. இதுபோன்ற நிலையில் மிகவும் நெருங்கிய உறவினர்கள் இறந்தவரை அடையாளங் காட்டமுடியும். - (1993) 3 Crimes 235. 1993 Supp 4 SCC 191.

12. நடுவரின் கடமை (Duty of Magistrate) :

1. ஆள் அடையாளங்காட்டும் அணிவகுப்பு நடைபெறுவதற்கு முன்னர், எதிரியை நடுவர் பிணையில் விடுவித்தல் கூடாது. - AIR 1956 All 122 : 1956 Cri LJ 181 : AIR 1961 All 153; ILR (1960) 2 All 486 ; (1961) 1 Cri LJ 340.

2. ஆள் அடையாளங்காட்டும் அணிவகுப்பு என்பது நீதிமன்றப் பணிப்புரை (direction)களுக்கு உட்பட்டதல்ல. ஆள் அடையாளங் காட்டும் அணிவகுப்பை நடத்தவேண்டுமா என்பதனை, புலன்விசாரணை அதிகாரி தான் முடிவு செய்தல் வேண்டும். - 1970 Cri LJ 78; ILR (1968) 2 All 1027 : AIR 1968 SC 117; AIR 1963 SC 447.

3. 46 சாட்சிகளில் 9 சாட்சிகள் மட்டும் ஆள் அடையாளங் காட்டும் அணிவகுப்புக்குத் தேர்ந்தெடுக்கப்பட்டார்கள். அந்தச் சாட்சிகளால் ஆறு தவறுகள் செய்யப்பட்டன. அத்தகைய ஆள் அடையாளங்காட்டும் அணிவகுப்பு நம்ப முடியாததாகும். - AIR 1960 SC 1340 : 1960 Cri LJ 1681.

4. ஆள் அடையாளங்காட்டல் அடிப்படையில் மட்டும் தண்டனையை அளிக்கலாம். - Asharfi V. State AIR 1961 All 153, 162 ; (1961) 1 Cri LJ 340; Ramesh Kumar V. State 1997 Cri LJ 3418, 3423 (MP).

5. எதிரி கேட்டுக்கொண்டதன்பேரில் நடுவர் ஆள் அடையாளங்காட்டல் அணிவகுப்பை நடத்தும்படி கேட்டுக் கொள்ளலாம். - AIR 1961 All 153; (1961) 1 Cri LJ 340.

பிரிவு 10
வழக்குத் தீர்வுகள்
(Case Laws)

1. பிரிவு 10-இன் கீழான வகையம் முகமைக் கோட்பாட்டின் (Principle of agency)கீழ் அமைந்ததாகும். - State V. Damu (2000) 6 SCC 269 : AIR 2000 SC 1691.

2. பொதுவான நோக்கத்தை நிறைவேற்றிய பின்னர், கூட்டுச் சதியாளரால் கொடுக்கப்பட்ட வாக்குமூலம் சாட்சியமாக அனுமதிக்கக்கூடியதில்லை. - AIR 1940 PC 176 : 41 Cri LJ 871 : (1965) 2 Cri LJ 443 (Cal); State V. Md. Atik, AIR 1998 SC 1686: 1998 Cri LJ 2251.

3. கூட்டுக் குற்றவாளி (Co-accused)யின் ஒப்புதல் வாக்குமூலம் சான்றாகாது. - 11 Cri LJ 710; ILR 3 Cal 169. 178.

4. பொறுப்படைவு (Liability) :

1. இரு நபர்கள் சதிசெய்து குற்றமொன்றைச் செய்துள்ளார்கள். அவர்கள் ஒருவருக்கொருவர் முகவராவார். பொது எண்ணத்தின் அடிப்படையில் அவர்கள் ஒவ்வொருவரும் ஒவ்வொருவருக்காகச் செய்த குற்றத்திற்காக அந்தச் செய்கைக்குப் பொறுப்பாவார்கள். - AIR 1944 Sind 1 : 45 Cri LJ 47 : AIR 1957 SC 747 : 1957 Cri LJ 1325 : AIR 1965 SC 682 : (1965) 1 Cri LJ 608.

சட்டவிரோதமான ஒரு செய்கைக்காகச் சதி செய்யப்பட்டது என்பது நிரூபிக்கப்பட்டிருக்கும்போது, ஒரு சதியாளர் மற்றொரு சதியாளருக்குச் சதியைச் செய்தவராகிறார். - AIR 1980 SC 439 : 1980 Cri LJ 388.

3. எதிரி ஒருவரால் கூட்டுக் குற்றவாளிக்கு ஒரு கடிதம் எழுதப்பட்டது. அவர் சிறையில் இருந்தால்கூட அவரது கடிதம் சான்றாக அனுமதிக்கக்கூடியதாகும். - AIR 1939 Cal 557.

பிரிவு 11
வழக்குத் தீர்வுகள்
(Case Laws)

1. அயலிட வாதத்திற்கும் அதனை நிரூபிப்பதற்கும் (For plea and proof alibi) காண்க : 1972 SC 109 = 1972 Cri LJ 22; AIR 1956 SC 460 = 1956 Cri LJ 827; AIR 1981 SC 911 = 1981 Cri LJ 618 ; AIR 1984 SC 63 ; 1984 Cri LJ 4.

2. அயலிட வாதத்தை முழுமையான உறுதிப்பாட்டுடன் நிரூபித்தல் வேண்டும். - 1997 (4) SCC 496.

3. அயலிட வாதத்தன்மை, அதன் பொருள் மற்றும் அதனை மெய்ப்பிக்கும் சுமை - 1997 (1) SCC 283.

"Alibi" என்பது ஒரு இலத்தீன் சொல்லாகும். - AIR 2001 SC 3031.

4. அயலிட வாதப்பொருள் – விளக்கம் : 2002 (1) SCC 702; 2002 (8) SCC 18 ; 2002 (8) SCC 165.

5. அயலிட வாதத்தை நீதிமன்றம் திருப்தியடையும் வகையில் நிரூபித்தல் வேண்டும். - Soma Bhai V. State of Gujarat, (1975) 4 SCC 257 : 1975 SCC (Cri) 515.

6. எதிரி அயலிடவாதத்தை எடுத்துவைக்கும்போது உறவினர்களின் சாட்சியம் உண்மையானதாக இருக்கமுடியாது. Kartarey V. State of U.P. (1976) 1 SCC 172.

7. எதிரியால் அயலிடவாதம் முன்வைக்கப்பட்டிருக்கும் போது, அதனை நிரூபிக்கும் பொறுப்பு எதிரியைச் சார்ந்ததாகும். - State of Haryana V. Sher Singh, (1981) 2 SCC 300, 302 ; 1981 SCC (Cri) 421; AIR 1981 SC 1021 : (1981) 3 SCR 1 : 1981 Cri LJ 714.

8. பாதிக்கப்பட்ட (Victim) பெண்ணின் தந்தையால் முதல் தகவல் கொடுக்கப்பட்டது. சம்பவத்தைப் பார்த்தவர் அவரது மகள். தந்தை சம்பவத்தை நேரில் பார்க்காததால் முதல் தகவல் அறிக்கையில் முக்கிய விடயங்களைச் சேர்க்காது விடுத்திருக்கலாம். - AIR 1975 SC 1026 : 1975 Cri LJ 870.

9. நபர் ஒருவர் குடும்பத்தலைவர் அல்லது வீட்டின் சொந்தக்காரர் என்பதால், அவருக்குப், பொருள் வீட்டில் மறைத்து வைக்கப்பட்டிருப்பது தெரியும் என்று கருத முடியாது. - AIR 1957 AP 758; 1957 Cri LJ 1091.

10. புகார்தாரருக்கு எதிரான எதிரியின் முந்தைய செயற்பாடுகள் சாட்சியமாக அனுமதிக்கக்கூடியதாகும். - AIR 1928 Rangoon 118 : ILR6 Rangoon 6.

பிரிவு 12

1. கணவன் மனைவி மீண்டும் சேர்ந்து வாழ்வதென்பது இயலாது. அதனால், பாதிக்கப்பட்ட தரப்பினருக்கு இழப்பீடு அளிக்க நீதிமன்றம் உத்தரவிடலாம்.

2. கணவன், மனைவி மீண்டும் சேர்ந்து வாழ்வதற்கு (Restitution of conjugal Rights) தீர்ப்பாணை வழங்கப்பட்டிருக்கும் போது, தீர்ப்பாணை நிறைவேற்றத்திற்கான மனுவில் தொகையை மட்டுமே வசூலிக்க முடியும்.

3. கள்ளத்தொடர்பு கொண்டிருந்த வழக்கில் கணவனுக்கு இழப்பீடு அளிக்க உத்தரவிடப்பட்டது. இதன் நோக்கம்

கள்ளத்தொடர்பு வைத்திருந்தவரைத் தண்டிப்பதென்பதாகாது. கணவனுக்கு ஏற்பட்ட இழப்பைச் சரிகட்டுவதேயாகும். இதில் இழப்பீட்டை மதிப்பீடு செய்வதற்குக் கணவன், மனைவியின் நடத்தை மிகவும் முக்கியமானதாகும்.

4. இழப்பீட்டு வழக்கில் இழப்பீட்டின் அளவை நிரூபிக்க வேண்டும்.

பிரிவு 13
வழக்குத் தீர்வுகள் (Case Laws)

குற்றவியல் நீதிமன்றத் தீர்ப்புகள்

1. உடைமைக்கான (Possession) வழக்கில், கு.வி.மு.ச. பிரிவு 145-இன் கீழ் வழங்கிய தீர்ப்புத் தொடர்புடையதாகும். - AIR 1924 Cal 1046 : AIR 1970 Cal 700.

2. குற்றவியல் நீதிமன்றத் தீர்ப்பு சங்கதியை நிரூபிக்காது. அதனால் அதில் குறிப்பிடப்பட்டுள்ளவைகளைச் சான்றாகப் பயன்படுத்த முடியாது. - AIR 1955 SC 566 : AIR 1973 Gau 38.

3. குற்றவியல் வழக்கு எப்படி முடிந்தது என்பதனைக் காட்டுவதற்கு, குற்றவியல் நீதிமன்றத் தீர்ப்புரை சான்றாக அனுமதிக்கக் கூடியதாகும். - AIR 1960 Ori 29.

4. விசாரணையின் முடிவு தண்டனையில் முடிந்தது என்பதனைக் காட்டுவதற்குக் குற்றவியல் நீதிமன்றத் தீர்ப்புத் தொடர்புடையதாகும். - AIR 1955 SC 566; 1955 SCJ 578.

5. சீவனாம்சத்திற்காக குற்ற விசாரணைமுறைச் சட்டம், பிரிவு 125-இன் நடைமுறையின்கீழ் பிறப்பிக்கப்பட்ட உத்தரவு திருமண சம்பந்தமான உரிமையியல் வழக்கில் முடிவான சான்றாகாது. அதனை ஒரு பகுதி சான்றாக மட்டுமே கருதலாம். - AIR 1984 Del 347.

6. குற்றவியல் நீதிமன்றத்தில் எதிரிக்குச் சாதகமாக வழங்கப்பட்ட தீர்ப்புரை உரிமையியல் நீதிமன்றத்தில் தொடுக்கப்படும் அவதூறு வழக்கில் சான்றாக அனுமதிக்கக் கூடியதாகும். - AIR 1959 Mani 32.

7. குற்றவியல் நீதிமன்றத்தில் ஓட்டுநர் (Driver) விடுதலை செய்யப்பட்டிருப்பதை, மோட்டார் வாகன விபத்துக் கேட்புரிமைத் தீர்ப்பாயம் (Motor Accident claims Tribunal) கவனத்தில் எடுத்துக்கொள்ளாது. - AIR 1980 SC 1354; 1980 ACJ 435 ; AIR 1987 Raj 146.

8. வாகனம் முரட்டுத்தனமாகவும் கவனமற்ற வகையிலும் செலுத்தப்பட்டது என்று குற்றவியல் நீதிமன்றம் வழங்கிய தீர்ப்புரை மோட்டார் வாகன விபத்துக் கேட்புரிமைத் தீர்ப்பாயத்தைக் கட்டுப்படுத்தாது. - AIR 1961 Punj 477 ; AIR 1970 Punj 137; 151 : 1969 ACJ 135.

பிரிவு 14
வழக்குத் தீர்வுகள் (Case Laws)

1. இந்தப் பிரிவு ஐந்து பகுதிகளைக் கொண்டுள்ளது. அதாவது, 1. சான்றை ஏற்பதற்கான வகையம்; 2. இந்தப் பிரிவைப் பொறுத்துவதற்கான நிபந்தனை; 3. நோக்கத்தின் வரையறை; 4. சான்றின் பயன்; 5. நிரூபிக்கும் வகை ஆகியன. - AIR 1957 SC 747 : 1957 Cri LJ 1325: 1957 SC J 780 : 1958 SCR 161.

2. புகார்தாரரின் வயலில் விளைந்திருந்த நெல்மணிகளை எதிரி அறுத்தெடுத்துச் சென்றதாக, இ.த.ச. பிரிவு 379-இன்கீழ் தண்டிக்கப்பட்டார். தொடர்ந்து அதே வயலிலிருந்து திருடியிருக்கும் போது, இந்தத் தீர்ப்பு அந்த விசாரணையோடு தொடர்புடையதாகும். - AIR 1961 Mani 43 ; (1961) 2 Cri LJ 787.

3. எண்ணத்தை (Intention) நேரடிச் சான்றால் நிரூபிக்க முடியாது. சூழ்நிலைகளிலிருந்துதான் ஊகிக்க முடியும். - AIR 1955 Pepsu 153 : 1955 Cri LJ 1385.

4. இதே குற்றத்திற்கு எதிரி முன்னதாகத் தண்டிக்கப் பட்டிருக்கும்போது, அது எண்ணத்தை நிரூபிப்பதற்கு அனுமதிக்கக் கூடிய சான்றாகும். - AIR 1961 Mani 43 : (1961) 2 Cri LJ 787.

5. மது அருந்தியிருந்த நபர் ஒருவர் மற்றொரு நபரைத் திரும்ப திரும்ப குத்திக்கொன்றார். இதில் கொலை செய்வதற்குத் தேவையான அறிவும் எண்ணமும் இருந்திருப்பது ஊகிக்கமுடிகிறது. அதனால், குற்றத்தை, இ.த.ச. பிரிவு 304-ஆகக் குறைக்க முடியாது. - AIR 1953 Mad 827 : 1953 Cri LJ 1587.

6. மோட்டார் வாகனத்தை முரட்டுத்தனமாக ஓட்டியதாக, **இ.த.ச. பிரிவு 304அ-இன்கீழ்** வழக்கிடப்பட்டது. இதேபோன்ற முந்தைய வழக்கின் சான்று இதில் அனுமதிக்கக்கூடியதில்லை. - 1929 Mad WN 395.

பிரிவு 15
வழக்குத் தீர்வுகள் (Case Laws)

1. பிரிவுகள் 14 மற்றும் 15-ஐ சேர்த்துப் படிக்க வேண்டும். பிரிவு 15, பிரிவு 14-இன் பொது விதிக்குப் பொருந்துவதாகும். - AIR 1956 Mys 9 : 1956 Cri LJ 253.

2. அயல்புணர்ச்சி (கள்ளத்தொடர்பு) (Adultery):

மனைவி அவளது கள்ளக்காதலனுக்கு கடிதம் எழுதியது. அப்போது கள்ளக்காதலன்மீது அவளுக்கிருந்த உணர்வைக் காட்டுவதற்கான சான்றாகும் அது. - AIR 1943 Cal 146 : ILR (1943) 1 cal 340.

3. தீ வைத்தல் (Arson):

நபர் ஒருவர் காப்பீடு செய்த கடை தீ பற்றி எரிந்து சேதமாகிவிட்டதாக பொய்யுரைத்து காப்பீட்டுக் கழகத்தை மோசடி செய்தார். அந்த மோசடித் தொடர்பாக வழக்கு நடைபெற்றது. முன்னதாக இதேபோன்று இருவேறு காலக்கட்டங்களில்

மேற்சொல்லப்பட்ட கடைக்குத் தீ வைக்கப்பட்டுள்ளது. இது சான்றாக அனுமதிக்கக்கூடியதாகும். ஆகையால் கடையில் தீ பற்றி எரிந்தது எதிர்பாராமல் (accidental) ஏற்பட்டதல்ல. - AIR 1939 Cal 335.

4. பயமுறுத்தி பணம் பறித்தல் (Blackmail) :

'ஏ' என்பவர் 'பி' என்பவரைப் பயமுறுத்தி பணம் பறிப்பதற்காக அவர்மீது பொய்யாகக் குற்றஞ்சாட்டி அநாகரீகமாகத் தாக்கி, அவரிடம் பணம் கேட்டு மிரட்டினார். முந்தையதொரு காலக்கட்டத்தில், 'ஏ', 'சி' என்பவரை இதேபோன்று மிரட்டி பணம் பெற்றார் என்பதனை ஒப்புக்கொள்கிறார். இது சான்றாக ஏற்கக் கூடியதாகும்.

5. நம்பிக்கை மோசடி (Breach of trust) :

எதிரி, இ.த.ச. பிரிவு 409-இன்கீழ் குற்றஞ்சாட்டப்பட்டார். இந்த வழக்கோடு தொடர்பில்லாத மற்றொரு காலக்கட்டத்தில் அவரிடம் ஒப்படைக்கப்பட்டிருந்த பணத்தை அவர் கையாடல் செய்ததாகச் சான்றுரைக்கப்பட்டது. இது இந்த வழக்கிற்குப் பொருந்தாது. இது பொதுவான நேர்மையின்மையையே காட்டுகிறது. - AIR 1933 Cal 136.

6. திருடர்கள் குழு "(Gang of thieves) :

திருடப்பட்ட விதம் முன்பு ஒரு திருட்டுக் குழு செய்தது போன்றே உள்ளது என்பதனைக் காவல்துறையினர் கண்டறிந் திருக்கும்போது, இதுவும் அந்தக் குழுவின் வேலையாகத்தான் இருக்கும் என்று சொல்லலாம். - AIR 1937 Nag 17 : 38 Cri LJ 237, 251 (FB).

7. கொலை (Murder) :

முன்னர் சிறுவன் ஒருவனை எதிரி விடமிட்டுக் கொல்ல முயற்சித்திருக்கும் நிலையில், அவன் நீரில் மூழ்கி இறந்துவிட்டான் என்றுரைக்கும் வாதத்தை ஏற்கமுடியாது. - AIR 1940 Bom. 365.

பிரிவு 16
வழக்குத் தீர்வுகள்

1. தந்தி அதன் உரிமையாளரை நிரூபிக்காது. - AIR 1984 NOC 131 (Del).

2. அனுப்பப்பட்ட பதிவு அஞ்சல் மறுக்கப்பட்டது (refused) என்ற மேலெழுத்துடன் திரும்பி வந்தது. அஞ்சலகப் பணியாளை விசாரிக்காமலேயே, அந்த மேலெழுத்தை (Endorsement) சான்றாக அனுமதிக்கலாம். - AIR 1959 Bom 81 : 1LR 1959 Bom 123; 1968 All LJ 707; AIR 1957 Punj 284.

3. கடிதத்தில் சரியான முகவரி எழுதப்பட்டதும் அது அஞ்சலில் அனுப்பப்பட்டது நிரூபிக்கப்பட்டது. அத்தகைய கடிதம் சார்வாகியதாகவே ஊகிக்கப்படும். அந்தக் கடிதம் பதிவு அஞ்சலில் அனுப்பப்பட்டிருந்தால் அந்த ஊகம் மேலும் வலுப்படும். - AIR 1918 PC 102.

4. கடிதத்தில் முகவரியிடப்பட்டவருக்குப் பதிலாக அவரது சார்பில் வேறொரு நபரால் கடிதம் வாங்கப்பட்டிருக்கும்போது, அந்தக் கடிதம் முகவரியிடப்பட்டவரால் ஏற்றுக்கொள்ளப்பட்டதாகக் கருதப்படும். - AIR 1957 Punj 284 ; ILR 1957 Punj 1170 ; AIR 1959 Bom 81 : ILR 1959 Bom 123 : AIR 1952 Cal 467 : ILR (1952) 2 Cal 321: 1952 Cri LJ 975.

பிரிவு 17
வழக்குத் தீர்வுகள் (Case Laws)

1. வழக்கிலுள்ள ஒரு பிரச்சினையை அல்லது தொடர்புடைய பிரச்சினையை வழக்குத் தரப்பினர் ஒப்புக்கொள்ளுதல் அல்லது தன்னிச்சையாக ஏற்பது ஏற்புரை (Admission) எனப்படும்.

2. கூட்டு எதிர்வாதியின் (Co-defendant) ஒப்புதல் (ஏற்புரை Admission) மற்ற எதிர்வாதிகளைக் கட்டுப்படுத்தாது. - Basanti V. Manindra 2000 AIHC 2624 (Gau).

3. ஏற்புரை வகைகள் (Classification of admission) :

ஏற்புரை இருவகைப்படும். அவை, 1. நீதிமன்ற ஏற்புரை (Judicial admissions) ; 2. நீதிமன்றத்திற்குப் புறம்பான ஏற்புரை (extra judicial admission)

வழக்கு நடைமுறையின்போது வழக்குத் தரப்பினரால் ஏற்கப்படுவது நீதிமன்ற ஏற்புரை எனப்படும்.

நீதிமன்றத்திற்கு வெளியில் முறைசாரா வகையில் ஏற்கப்படும் ஏற்புரை, நீதிமன்றத்திற்குப் புறம்பான ஏற்புரையாகும். இது வழக்கில் பதிவாவதில்லை. - AIR 1957 All 1, 11 (FB).

4. எதிரியால் செய்யப்படும் ஏற்புரை (Admission by accused) :

எதிரிக்குக் காயம் எப்படி ஏற்பட்டது என்று மருத்துவர் கேள்வி கேட்கும்போது, "மெர்லி (கொலை செய்யப்பட்டவர்) சப்தமிடாதிருப்பதற்காக, அவளது வாயை நான் மூடும்போது திங்கள்கிழமை மாலை 7.30 மணியளவில் அவள் என்னைக் கடித்து இந்தச் சிறுகாயங்களை ஏற்படுத்திவிட்டார்" என்று பதிலளித்தார். - Ammini V. State, 1998 Cri LJ 481 (SC).

5. மது அருந்திய போதையால் தூண்டப்பட்டு கொடுக்கப்பட்ட ஏற்புரையை உண்மையாக நம்பமுடியாது. - AIR 1955 SC 585 ; 1955 Cri LJ 1300.

6. ஏற்புரையின் ஒரு பகுதியை ஏற்கவும் மற்றொரு பகுதியை மறுக்கவும் செய்யலாம். - AIR 1964 Raj 126, 135 ; ILR (1964) 14 Raj 26.

7. ஏற்புரை மெய்ப்பிப்பு (Proof of admission) :

1. ஏற்புரை (Admission), வாய்மொழியாகவோ, எழுத்து வழியதாகவோ அல்லது நடத்தையின் மூலமாகவோ இருக்கலாம். ஏற்புரையைச் சரியான முறையில் நிரூபிக்க வேண்டும். வாய்மொழி ஏற்புரையை அல்லது ஒப்புதலை செவிமடுத்த

சாட்சிகளைக் கொண்டு நிரூபிக்கலாம். - AIR 1966 SC 40 : 1966 Cri LJ 68.

2. எழுத்து மூலமான ஏற்புரையை ஆவணத்தை நிரூபிப்பதன் மூலம் நிரூபிக்கலாம். - AIR 1977 SC 409 : (1977) 1 SCC 60: (1977) 1 SCR 967 ; AIR 1966 SC 405 : (1966) 1 SCR 606 : (1966) 2 SCJ 53; AIR 1974 SC 117; (1974) 1 SCC 78; AIR 1991 Pat 203.

8. பழைமையான ஏற்புரை (An ancient admission) :

ஒரு திருமணம், 33 ஆண்டுகள் பழைமையான பதிவு ஆவணத்தைக்கொண்டு ஏற்கப்பட்டது. அந்த ஏற்புரைக்கு எந்தவித நோக்கமும் கிடையாது. ஆகையால் அந்த ஆவணம் திருமணத்தை முடிவாகவே மெய்ப்பித்துள்ளது. - AIR 1989 Mad 252.

9. ஆவணத்தை ஏற்பது என்பதன் பொருள், ஆவணத்தில் அடங்கியுள்ள சங்கதிகளை ஏற்பது என்பதாகும். - AIR 1966 SC 1697 : (1966) 3SCR 527.

10. எதிர்வாதி முந்தைய வழக்கொன்றில் சாட்சியாக விசாரிக்கப்பட்டிருக்கும்போது, அவரது சாட்சியத்தை அந்த வழக்கைத் தொடர்ந்தெழுந்த வழக்கில் சாட்சியமாகப் பயன்படுத்தலாம். - AIR 1921 Cal 781.

11. ஒரு வழக்கில் ஒரு தரப்பினரால் ஏற்கப்பட்டதை, மற்றொரு வழக்கில் அவருக்கு எதிராகப் பயன்படுத்தலாம். - AIR 1967 SC 341, 343 ; (1967) 1SCR 1.

12. மற்றொரு வழக்கில் சாட்சியால் ஏற்கப்பட்டதை, அந்தச் சாட்சிக்கு எதிராக மட்டுமே பயன்படுத்தலாம். மற்றொரு எதிர்வாதிக்கு எதிராகப் பயன்படுத்த முடியாது. - AIR 1966 SC 605, 611 : (1966) 1 SCR 758.

13. தலைமைக் கடனாளி (Principal debtor)யால் ஏற்கப்பட்ட பொறுப்படைவுக்கு, பிணையாளர் (ஜாமீன் போட்டவர்) கட்டுப்பட மாட்டார். - AIR 1978 NOC 207 (Cal).

14. காப்பாளர் (Guardian) ஒருவரின் ஏற்புரை குழந்தையைக் கட்டுப்படுத்தாது. - 29 Cal LJ 577.

15. இருதார மணம் (bligamy) அல்லது அயல் புணர்ச்சியில் (Adultery) இரண்டாவது திருமணம் பற்றிய ஏற்புரை சான்றாகாது. - (1971) 1 SCC 864.

குற்ற வழக்குத் தொடுத்தவர் (Prosecution)தான் இரண்டாவது திருமணத்தை நிரூபிக்க வேண்டும். - AIR 1966 SC 614 : 1966 Cri LJ 472 : (1966) 1 SCR 539 ; AIR 1971 SC 1153 : 1971 Cri LJ 939.

16. வழக்கறிஞரின் ஏற்புரை (Admission by counsel) :

வழக்கறிஞரின் ஏற்புரைக்கு, அவரது கட்சிக்காரர் கட்டுப்பட்டவரல்ல. - AIR 1973 SC 1100 : 1973 Cri LJ 858 : 1973 SC (Cri) 448.

ஆனால் உரிமையியல் நீதிமன்ற நடைமுறையில் சங்கதி பற்றிய கேள்வியில் (question of fact) வழக்குத் தரப்பினர், வழக்கறிஞரின் ஏற்புரைக்குக் கட்டுப்பட்டவராவார். - AIR 1957 AP 965, 967 : 1956 Andh WR 476.

17. சாதாரண நடத்தை ஏற்புரையாகாது. -1968 Pat LJR 507.

18. வழக்கு (Suit) திரும்பப் பெறப்படுவதினாலேயே வாதுரைகளில் (pleadings) குறிப்பிடப்பட்ட ஏற்புரை திரும்பப் பெறப்பட்டதாகாது. - 72 CWN 867 : AIR 1968 Cal 550.

19. ஏற்புரை உண்மைக்குப் புறம்பானதாக இருந்தால், அதனை யார் சொன்னாரோ, அவருக்கு எதிராக அது பயன்படுத்தப்படும். - AIR 1988 Raj 188.

பிரிவு 18
வழக்குத் தீர்வுகள்
(Case Laws)

1. வழக்குரையில் ஏற்றுக்கொண்டு சரிபார்த்து வழக்குத் தரப்பினர் கையொப்பமிட்டிருக்கின்றபோது அதனை அவருக்கு எதிராக மற்றொரு வழக்கில் சான்றாகப் பயன்படுத்தலாம். - AIR 1967 SC 341 ; AIR 1969 Pat 385.

ஆனால் வழக்குரையில் ஏற்கப்பட்டது தெளிவாகவும், குறிப்பாகவும் இருத்தல் வேண்டும். - AIR 1965 Mad 200 : ILR 1965 AP 142.

2. ஏற்புரையைச் சட்ட உரிமையைப் பற்றிய அறியாமையால் அல்லது வற்புறுத்தலால் (underduress) கொடுத்திருக்கும்போது, அது ஏற்புரையைக் கொடுத்தவரைக் கட்டுப்படுத்தாது. - AIR 1976 SC 376, 382.

3. கு.வி.மு.ச. பிரிவு 164-இன் கீழ் நடுவரிடம் (Magistrate) கொடுக்கப்படும் ஏற்புரை அல்லது விசாரணையின்போது நீதிமன்றத்தில் கொடுக்கப்படும் ஏற்புரை (admission) சான்றாக அனுமதிக்கக் கூடியதாகும். - AIR 1929 Lahore 794 ; 31 Cri LJ 269 : AIR 1940 Sind 53 ; ILR 1939 Karachi 800; 41 Cri LJ 477.

4. அரசு தரப்பு சான்று உண்மையாக இல்லாதபோது, எதிரியின் ஒப்புதலின் அடிப்படையில் அவருக்குத் தண்டனை வழங்கக்கூடாது. - 1963 Ker LT 969.

5. எதிரி ஒருவரின் ஏற்புரையை மற்றொரு எதிரிக்கு எதிராகப் பயன்படுத்தக்கூடாது. - AIR 1970 Ori 100 : 1970 Cri LJ 906. 1966 Pat 448 : 1966 Cri LJ 1469.

6. கணவன், மனைவி : மனைவியின் ஏற்புரை பொதுவாகக் கணவனைக் கட்டுப்படுத்தாது.

7. தீர்ப்பாணை கிடையாது (No decree) :

வழக்குச் சொத்தில் வாதிக்கு அக்கறையில்லை. வழக்குச் சொத்து ஒரு திரையரங்கமாகும். அது ஒரு கூட்டுச்சொத்து, அதில் இளவர் (Minor) அக்கறையுடையவராவார். ஆகையால் தீர்ப்பாணை (decree) மறுக்கப்படுகிறது. - Kallathil V. Komath (1996) 31CC 871 (SC).

பிரிவு 19
வழக்குத் தீர்வுகள்
(Case Laws)

நடுவர் முன் திருமண சம்பந்தமாக ஏற்கப்பட்ட ஏற்புரை உரிமையியல் வழக்கில் சாட்சியமாக அனுமதிக்கப்பட மாட்டாது. - Ram Parkash Das V. Anand Das, AIR 1916 PC 256.

பிரிவு 20

சொத்திலிருந்து வாடகைதாரர்களை வெளியேற்றஞ் செய்வதற்கான வழக்கில், ஒரு வாடகைதாரர் மற்ற வாடகைதாரர் களிடமிருந்து அதிகார ஆவணம் பெற்றிருந்தார். அவர் வாடகைப் பாக்கி உள்ளது என்பதனை நீதிமன்றத்தில் ஒப்புக்கொண்டார். அவரது ஒப்புதலுரை மற்ற வாடகைதாரர்களையும் கட்டுப்படுத்தும். - AIR 1993 MP 147.

பிரிவு 21
வழக்குத் தீர்வுகள்
(Case Laws)

1. ஏற்புரை (admission), நிலைத்த சான்று (Substantive evidence) ஆகும். - AIR 1966 SC 405 ; AIR 1994 Bom 358.

2. முறையாக நிரூபிக்கப்பட்ட ஏற்புரை, சான்றாக அனுமதிக்கக் கூடியதாகும். ஏற்புரை செய்தவர் சாட்சிக்கூண்டில் ஏறி

சாட்சியமளிக்க வேண்டியதில்லை. - AIR 1966 SC 405; (1966) 1 SCR 606 : (1966) 2 SCJ 53; AIR 1974 SC 117; (1974) 1SCC 78; AIR 1977 SC 409 : (1977) 1 SCC 60; (1977) 1 SCR 967 : AIR 1982 SC 353 : AIR Bom 358.

3. மனைவிக்கு எழுதிய கடிதத்தில் செட்டில்மெண்டைப் பற்றி குறிப்பிட்டிருந்தது சான்றாக ஏற்கக் கூடியதாகும். - AIR 1937 Mad 19.

4. எதிரி தனது மனைவி மற்றும் குழந்தைகளைக் கொலை செய்துவிட்டு, தான் தற்கொலை செய்துகொள்ள முயற்சிசெய்தார். கு.வி.மு.ச. பிரிவு 164-இன் கீழான அவரது வாக்குமூலம் நிருவாகத்துறை நடுவரால் பதிவு செய்யப்பட்டது. எதிரி உயிருடன் இருப்பதால் அவரது அந்த வாக்குமூலத்தை மரணவாக்குமூலமாகப் பயன்படுத்தமுடியாது. அதனை ஒப்புதல் வாக்குமூலமாகவும் (Judicial confession) பயன்படுத்த முடியாது. ஏனென்றால், அந்த வாக்குமூலம் நீதித்துறை நடுவரால் (Judicial Magistrate) பதிவு செய்யப்படவில்லை; மற்றும் குவி.மு.ச. பிரிவு 164-க்கு ஏற்பவும் பதிவு செய்யப்படவில்லை. - Dr.Heera Lal V. State, 2001 Cri LJ 2849 (All).

பிரிவு 22
வழக்குத் தீர்வுகள்
(Case Laws)

பீகார் தனியார் பாதுகாக்கப்பட்ட காடுகள் சட்டம், 1947 (Bihar Private protected Forests Act, 1947) பிரிவு 30-இல் அடங்கியுள்ள வகையங்களுக்கேற்ப ஆவ்ணம் ஒன்றால் தனியார் பாதுகாக்கப்பட்ட காடு (Private protected forest) ஒன்று உருவாக்கப்பட்டது. அந்தக் காடு சட்டப்படி உருவாக்கப்பட்டது என்பதனை நிரூபிப்பதற்கு, அரசுப் பதிவிதழ் அல்லது சான்று நகலை தாக்கல் செய்தல் வேண்டும். - AIR 1953 Pat 310 : 1953 Cri LJ 1660.

பிரிவு 24
வழக்குத் தீர்வுகள்
(Case Laws)

1. வாக்குமூலம் ஒன்று வாய்மொழியாகவோ அல்லது எழுத்துமூலமாகவோ இருந்து, அதில் குற்றத்தை ஒப்புக் கொண்டிருக்கும்போது, அது ஒப்புதல் வாக்குமூலமாகும். - AIR 1966 SC 40.

2. எதிரி, நபர் ஒருவரைக் கத்தியால் தாக்கிக் குரல்வளையை நெரித்துக் கொன்றதாகக் கூறினார். எதிரி தற்காப்புரிமையைப் பயன்படுத்தியதாக வாதிடுவதால் இது ஒப்புதல் வாக்குமூலமாகாது. - 1989 Cri LJ 621 (Ori) ; (1962) 2 Cri LJ 540.

3. கடல் சுங்கவரிச் சட்டம் (Sea customs Act), பிரிவு 108-இன் கீழ் அழைப்பாணை அனுப்பப்பட்டு, சுங்கத்துறை அதிகாரியின் முன்தோன்றி சாட்சியமளித்திருக்கும் நபர் குற்றவாளி (accused) ஆகமாட்டார். - AIR 1971 SC 1087 ; 1971 Cri LJ 933 ; AIR 1965 SC 481; (1965) 1 Cri LJ 490; 1984 Cri LJ 134 (FB).

4. ஒப்புதல் வாக்குமூலத்தை யாரிடம் கொடுக்க வேண்டும்? :

1. ஒப்புதல் வாக்குமூலத்தை ஒரு நபரிடம் கொடுக்க வேண்டும்.

நபர் ஒருவர் தனது மனைவியைக் கொலை செய்துவிட்டதாகச் சப்தமிட்டுக் கொண்டு கிராமத்தைச் சுற்றி வந்தார். இது ஒப்புதல் வாக்குமூலமாகாது. -1992 Cri LJ 762 (Ori) ; AIR 1966 SC 440; (1965) 2 SCA 292; 1995 Cri LJ 1207 (Ori).

2. நடுவர் (Magistrate) ஒப்புதல் வாக்குமூலத்தை எவ்வாறு பதிவு செய்யவேண்டும் என்பது :

நடுவர் (Magistrate) ஒருவர், கு.வி.மு.ச பிரிவுகள் 164-இன் வகையங்களுக்கேற்ப ஒப்புதல் வாக்குமூலத்தைப் பதிவு

செய்தல் வேண்டும். அப்படி பதிவு செய்யாத நிலையில் அது சான்றாக ஏற்றுக்கொளள்ப்படமாட்டாது. - AIR 1956 Mad 425; 1956 Cri LJ 1004; AIR 1969 Ori 245; 1969 Cri LJ 1255.

3. ஒப்புதல் வாக்குமூலம் அளிப்பவருக்குச் சிந்திப்பதற்கு நேரம் கொடுக்காமலேயே நடுவர் ஒப்புதல் வாக்குமூலத்தைப் பதிவு செய்தார். நீதிமன்றத்தில் ஒப்புதல் வாக்குமூலம் எடுக்கப்பட்டபோது கதவுகள் மூடப்பட்டிருந்தபோதிலும் ஒப்புதல் வாக்குமூலம் கொடுத்தவர் என்ன சொன்னார் என்பதனை காவல்துறையினர் கேட்டிருக்க வாய்ப்பில்லை என்று கூறமுடியாது. அதனால் ஒப்புதல் வாக்குமூலம் உண்மையானதாகாது. - 1990 Cri LJ 385 (Punj).

4. எதிரி காவல்துறையினரின் பாதுகாப்பில் நீதிமன்றக் காவலில் (Judicial custody) இருந்தார். அதனால் அந்தச் சூழ்நிலையில் எதிரி கொடுத்த ஒப்புதல் வாக்குமூலம் தன்னிச்சை யானதாகாது. - AIR 1957 SC 637 : 1957 Cri LJ 1014 : 1957 SCJ 699 : 1957 SCR 953.

5. எதிரி ஒப்புதல் வாக்குமூலம் அளிப்பதற்கு முன்னர், எதிரி அவ்வாறு ஒப்புதல் வாக்குமூலம் அளிப்பதற்குக் கட்டுப்பட்டவரல்ல என்று நடுவர் எதிரிக்கு அவசியமான எச்சரிக்கையைச் செய்தல் வேண்டும்.

எதிரியின் மொழியிலேயே ஒப்புதல் வாக்குமூலத்தைப் பதிவு செய்தல் வேண்டும். - 1954 Raj LW 113, 117.

ஒப்புதல் வாக்குமூலம் கேள்வி - பதில் வடிவத்தில் பதிவு செய்யப்படுதல் வேண்டும். - AIR 1937 Mad 755 : 39 Cri LJ 390 : AIR 1953 Mani 7 : 1954 Cri LJ 183 : 1981 Cri LJ 408 : 1412.

ஆனால் அது எதிரியை குறுக்கு விசாரணை செய்வது போன்று இருத்தல்கூடாது. - AIR 1981 SC 2007 : 1981 Cri LJ 1688.

ஒப்புதல் வாக்குமூலத்தை நிரூபிப்பதற்கு எதிரியிடம் கையொப்பம் பெறுதல் வேண்டும். - 37 Cri LJ 1101, 1104 (cal).

6. ஒப்புதல் வாக்குமூலத்தை எங்கே பதிவு செய்வது (Confession : where to be recorded) :

1. ஒப்புதல் வாக்குமூலத்தை சிறையில் பதிவு செய்தல் கூடாது. - 1970 All Cr R 498 : 1970 Cri LJ 603.

2. ஒப்புதல் வாக்குமூலம் பொதுவாகத் திறந்த நீதிமன்றத்தில் (Open court) நீதிமன்ற வேளை நேரத்தில் பதிவு செய்யப்படும். - AIR 1957 SC 381 : 1957 Cri LJ 559.

7. தோன்றுதல் என்பதன் பொருள் ('Appears' : Meaning) :

1. பிரிவு 24-இல் காணப்படும் "தோன்றுதல் (appear)" என்ற சொல்லின் பொருள் "காணப்படுதல் (seems)" எனப்படும். - AIR 1963 SC 1094 : 1963 Cri LJ 178 ; 1963 Cri LJ 229 : 29 CWN 300; AIR 1965 Ker 175 : (1965) 2 Cri LJ 102.

2. ஒப்புதல் வாக்குமூலத்தை அடுத்தவரிடம் சொல்ல வேண்டுமென்ற அவசியமில்லை (Communication to another is not necessary). - AIR 1966 SC 440 : 1996 Cri LJ 88 : 1992 Cri LJ 762 (Ori).

8. தனக்குத்தானே பேசிக்கொள்ளுதல் (Soliloquy) :

ஒருவர் தனக்குத்தானே பேசிக்கொள்ளும் ஒப்புதல் வாக்குமூலம் அனுமதிக்கக்கூடியதாகும். - AIR 1966 SC 40 ; (1965) 2 SCA 292.

9. நீதிமன்றத்திற்கு வெளியில் கொடுக்கப்படும் ஒப்புதல் வாக்குமூலம் (Extra-Judicial confession) :

1. நடுவர் (Magistrate) அல்லது நீதிமன்றத்திற்கு முன்பல்லாது வெளியில் கொடுக்கப்படும் ஒப்புதல் வாக்குமூலம், நீதிமன்றத்திற்கு வெளியில் கொடுக்கப்படும் வாக்குமூலம் (Extra Judicial confession) எனப்படும்.

இத்தகைய வாக்குமூலம் தனிநபரிடம் கொடுக்கப்படுவ தாகும். நீதிபதி ஒருவர் தனிப்பட்ட நபராக (Private person) இருக்கும்போது அவரிடமும் இதுபோன்ற வாக்குமூலத்தை அளிக்கலாம். இதில், கு.வி.மு.ச. பிரிவு 164-இன்கீழ் ஒப்புதல் வாக்குமூலத்தைப் பதிவு செய்ய அதிகாரமில்லாத நடுவரும் அடங்குவார். - State V. Rajaram 2003 Cri LJ 3901 (SC).

2. நீதிமன்றத்திற்கு வெளியில் கொடுக்கப்பட்ட ஒப்புதல் வாக்குமூலத்தை நிரூபிப்பதற்கு, முடிந்தவரையில் எதிரி என்ன சொற்களைச் சொன்னாரோ அவைகளைச் சாட்சிகள் அப்படியே சொல்லுதல் வேண்டும். - 151 1C 584 : AIR 1934 Sind 119 ; AIR 1957 All 459.

3. நீதிமன்றத்திற்கு வெளியில் கொடுக்கப்படும் ஒப்புதல் வாக்குமூலத்தை ஒரு நடுவரிடம் (Magistrate) கொடுக்கக்கூடாது. AIR 1955 Pat 425 : 1955 Cri LJ 1377.

4. நீதிமன்றத்தில் பதிவு செய்யப்படும் ஒப்புதல் (Judicial Confession) வாக்குமூலத்தைச் சட்டப்படி பதிவு செய்திடாதபோது, அதனை நீதிமன்றத்திற்கு வெளியில் பதிவு செய்யப்பட்ட வாக்குமூலமாகக் (Extra - judicial confession) கருதமுடியாது. - Dhananjaya V. State (2001) 4 SCC 9 : 2001 cri LJ 1712 : AIR 2001 SC 1512.

5. எதிரி (accused) சம்பவ இடத்திலிருந்து தப்பித்து ஓடுவதற்கு முயற்சிக்கும்போது, பிடிப்பட்டார். பிடிப்பட்ட எதிரி மன்னிப்புக் கேட்டார். இது, நீதிமன்றத்திற்கு வெளியில் கொடுக்கப்பட்ட ஒப்புதல் வாக்குமூலம் (Extra judicial confession) ஆகும். - 1991 Cri LJ 1636 (Bom).

6. நீதிமன்றத்திறகு வெளியில் கொடுக்கப்பட்ட ஒப்புதல் வாக்குமூலத்தை ஆறு சாட்சிகள் நிரூபித்தார்கள். எதிரியை வழக்கில் பொய்யாகச் சேர்க்கவேண்டும் என்பதற்கு அந்தச் சாட்சிகளுக்கு

அக்கறை இருக்கமுடியாது. அவர்கள் அளித்த சாட்சியத்தை சூழ்நிலைச் சான்றும் உறுதிப்படுத்தியிருக்கிறது. அதனால் அந்தச் சாட்சிகளின் சாட்சியங்களின் அடிப்படையில் தண்டனை அளிக்கப்பட்டது சரியானதாகும். - 1992 Cri LJ 733 (Gau).

7. காவல்துறையினர் வரும் வரையில், எதிரி கட்டிப்போட்டு வைக்கப்பட்டிருந்தார். அத்தகைய சூழ்நிலையில் அவர் அளித்த நீதிமன்றத்திற்கு வெளியில் கொடுத்த ஒப்புதல் வாக்குமூலம் (Extra judicial confession) தன்னிச்சையானதாகாது. - 1992 Cri LJ 13 (Gau)

8. ஒப்புதல் வாக்குமூலம் அளிப்பதற்குமுன்னர் அதிகநாள் காவல்துறையினரின் காவல் வைப்பில் (Police custody) வைத்திருக்கும்போது, அத்தகைய ஒப்புதல் வாக்குமூலம் தன்னிச்சையானதாகாது. - 1972 Cri LJ 961 (J&K), AIR 1956 SC 56 : 1956 Cri LJ 152; 1993 Cri LJ 1679 (Mad).

9. நீதிமன்றத்திற்கு வெளியில் கொடுக்கப்படும் ஒப்புதல் வாக்குமூலத்தை ஒரு குறிப்பிட்ட நபரிடம்தான் கொடுக்க வேண்டுமென்ற அவசியமில்லை. - 1995 Cri LJ 1207 (Ori).

10. எதிரி தனது குழந்தையைக் குளத்தில் போட்டதாகக் கூறினாள். அது கொலைக்கான ஒப்புதல் வாக்குமூலமாகாது. - 1961 Ker LT 201.

II. ஒப்புதல் வாக்குமூலத்தை மறுத்தல் (Retracted confession):

1. எதிரி தான் அதுபோல் ஒப்புதல் வாக்குமூலம் அளிக்கவில்லை என்று கூறும்போது, ஒப்புதல் வாக்குமூலத்தை மறுப்பதாகும். - AIR 1973 SC 264 ; 1973 Cri LJ 280.

2. ஒப்புதல் வாக்குமூலம் ஒன்று மறுக்கப்படுகிறது என்பதனால் அத்னை அப்படியே தூக்கி வீசிட முடியாது. அது,

உண்மையாகவும் தன்னிச்சையாகவும் கொடுக்கப்பட்டிருந்தால் அது ஏற்கப்படும். - State V. Kutty (2001) 6 SCC 550 : 2001 SCC (Cri) 1177.

3. ஒப்புதல் வாக்குமூலம் மறுக்கப்படும்போது, அதில் சான்றுறுத்தம் (Corroboration) அவசியமானதாகும்.

சான்றுறுத்தம் போதுமானதாக இருந்தால் அது போதுமானதாகும். - AIR 1956 SC 9 : 1956 Cri LJ 126 ; (1983) 2 SCC 251. 1963 Cri LJ 234 ; AIR 1954 SC 462; 1954 SCR 1133 : AIR 1957 SC 216 : 1957 Cri LJ 481 : AIR 1958 SC 22.

4. மறுக்கப்பட்ட ஒப்புதல் வாக்குமூலத்தின் அடிப்படையில் மட்டும் தண்டனை அளிப்பது சட்டவிரோதமானதாகும்.- 73 Cal WN 467 : 1970 Cri LJ 403 : 1LR (1969) 1 Cal 39.

பிரிவு 25
வழக்குத் தீர்வுகள்
(Case Laws)

1. RPF அதிகாரியால் பதிவு செய்யப்பட்ட ஒப்புதல் வாக்குமூலத்தைச் சான்றிலிருந்து நீக்க முடியாது. -AIR 1981 SC 379 = 1980 (4) SCC 600.

2. எதிரி (accused) காவல்துறை அதிகாரிக்கு அனுப்பிய கடிதத்தில் ஒப்புதல் வாக்குமூலம் இருந்தால், அது சான்றாக அனுமதிக்கக்கூடியதாகும். - AIR 1966 SC 1906 = 1966 Cri. L.J.1519.

3. சுங்கத்துறை அதிகாரிகள் (Customs officials) காவல்துறை அதிகாரிகளாகமாட்டார்கள். - 1997 (1) SCC 508.

4. மும்பை SR PF சட்டப்படி, சேமப்படைக் காவல் அதிகாரி (Reserve Police Officer), காவல்துறை அதிகாரியாகமாட்டார். - 1997 (67) SCC 514.

பிரிவு 26

வழக்குத் தீர்வுகள்
(Case Laws)

1. எதிரி (accused) தனிப்பட்ட நபரின் (Private person) பொறுப்பில் ஒப்படைக்கப்படும் வரையில் காவல்துறைக் காவல்வைப்பு (Police custody) தொடரும். - 1962 Ker LJ 755 : (1962) Ker LR 244.

2. எதிரி (accused) காவல்துறை அதிகாரியிடம் சென்று தான் குற்றஞ் செய்துள்ளதாகக் கூறினார். ஆனால் காவல்துறை அதிகாரி அவரைக் கைதுசெய்யவில்லை. அதன்பிறகு எதிரி தன்னைப் புலனாய்வுக்கு உட்படுத்திக்கொண்டார். காவல்துறை அதிகாரிக்கு அவர் கொடுத்த வாக்குமூலத்தின் பேரில் தடயம் கைப்பற்றப்பட்டது. இப்போது எதிரி காவல்துறைக் காவல் வைப்பில் இருப்பவராவார். - AIR 1965 Guj 5 : (1965) 1 Cri LJ 30; AIR 1960 Bom 263 : 1960 Cri LJ 807.

3. காவல்துறைக் காவல்வைப்பு (Police custody) எப்போது ஆரம்பிக்கிறது என்றால், எப்போது எதிரி (accused)யின் இயக்கம் கட்டுப்படுத்தப்படுகிறதோ அல்லது நேரிடையாகவோ உட்கிடையாக வோ எப்போது காவல்துறையினரின் பாதுகாப்பில் எதிரி இருந்து வருகிறாரோ அப்போது காவல்துறைக் காவல்வைப்பு ஆரம்பமாகிறது. - AIR 1964 Ori 144 : (1964) 1 Cri LJ 680 ; AIR 1968 Ori 97 ; 1968 Cri LJ 765 : 34 Cut LT 141 : ILR (1971) 2 Ker 30, 54 ; AIR 1957 Tripura 48 : 1957 Cri LJ 1457.

4. பிரிவு 26-ஐ, குற்ற விசாரணை முறைச் சட்டம், பிரிவு 164-வுடன் இணைத்துப படிக்க வேண்டும். - AIR 1943 Sind 166 : 45 Cri LJ 118.

5. எதிரி (accused) காவல்துறை அதிகாரியின் காவலில் இருந்தார். காவல்துறை அதிகாரி இல்லாதபோது எதிரி மூன்றாவது

நபர் ஒருவரிடம் ஒப்புதல் வாக்குமூலம் கொடுத்தார். அதனைச் சான்றாக ஏற்றுக் கொள்ள முடியாது. ILR 17 Pat 369 : AIR 1938 Pat 308 ; AIR 1941 Peshwar 22 ; ILR 42 Bom 1.

பிரிவு 27
வழக்குத் தீர்வுகள்

1. பிரிவு 27, இந்திய அரசியலமைப்புச் சட்ட உறுப்பு 20(3)-ஐ மீறியதாகாது. - AIR 1961 SC 1808 : (1961) 2 Cri LJ 856 : 1977 Cri LJ 538, 546 : 1976 J & K LR 549.

2. பொருளைக் கண்டுபிடித்தது, வழக்கு விவரங்களைக் கண்டுபிடித்ததாகக் கொள்ள முடியாது. - Badhraj V. State AIR 2002 SC 3164 : (2002) 8 SCC 45.

3. தகவல் கொடுக்கும் நபர் வாக்குமூலம் அளிக்கும்போது எதிரி (Accused) ஆக இருக்கவேண்டுமென்ற அவசியமில்லை. - AIR 1960 SC 1125 : 1960 Cri LJ 1504 : AIR 1959 Bom 534 ; 1959 Cri LJ 1419 : AIR 1958 All 293 : 1958 Cri LJ 462 : AIR 1958 AP 37 : 1958 Cri LJ 18; AIR 1965 Guj 5 : (1965) 1 Cri LJ 30 ; AIR 1963 AP 87 : (1963) 1 Cri LJ 142; AIR 1960 Bom 263 : 1960 Cri LJ 207.

4. நடுவரின் உத்தரவின்பேரில் மருத்துவமனையில் சிறைவைக்கப்பட்ட எதிரி காவல்துறையினரின் பாதுகாப்பில் இருந்தார். அது நுட்பமானவகையில் நீதிமன்றக் காவல் வைப்பாகும். அவர் உண்மையிலேயே காவல்துறையினரின் கண்காணிப்பில் இருந்தால்கூட, அவர் அப்போது அளித்த வாக்குமூலத்தின் அடிப்படையில் பொருள் கைப்பற்றப்பட்டிருக்கும் போது, அவரது வாக்குமூலம், சான்றாக அனுமதிக்கத்தக்கதாகும். - AIR 1938 Pat 60, 65 : (1938) 39 Cri LJ 302 ; 1992 Cri LJ 3298, Para 112.

5. புலன் வசிாரணையில், குற்றம் தொடர்பாக நபர் ஒருவர் கைது செய்யப்படவோ காவலில் வைக்கப்படவோ வேண்டியதில்லை.

- AIR 1943 Mad 89 : 44 Cri LJ 304; AIR 1943 Mad 661 ; 209 IC 272.

6. வாக்குமூலத்தை நிரூபிக்க புலன்விசாரணை அதிகாரியை விசாரிக்க வேண்டியதில்லை. சாட்சியே அதனை நிரூபிப்பார். ILR (1965) 2 Punj 224 ; (1965) 2 Cri LJ 699.

7. எதிரி (accused) கொடுத்த தகவலின்பேரில் பிணம் கண்டுபிடிக்கப்பட்டது. அது முடிவான சூழ்நிலையாகாது. அது சந்தேகத்தை மட்டுமே எழுப்பும். - AIR 1971 SC 2016.

8. ஆயுதத்தைக் கண்டுபிடித்தது, நபர் ஒருவருக்கு எதிரான கொலை குற்றச்சாட்டுக்குப் போதுமானதாகாது. - AIR 1950 Mad 714 ; (1950) 1 MLJ 663.

பிரிவு 28
வழக்குத் தீர்வுகள்
(Case Laws)

1. ஒப்புதல் வாக்குமூலம் அளிப்பதற்குத் தூண்டுதல், அச்சுறுத்தல் அல்லது வாக்குறுதி கொடுக்கப்பட்டிருந்தது என்பது ஒருமுறை நிரூபிக்கப்பட்டால் போதும்; தொடர்ந்து அது இருந்து வருவதாகவே ஊகிக்கப்படும். கைதி ஒப்புதல் வாக்குமூலம் அளிக்கப்படும்போது, தூண்டுதல், அச்சுறுத்தல் அல்லது வாக்குறுதி கொடுக்கப்பட்டது என்ற எண்ணம் அகற்றப்பட்டதை அரசு தரப்பு நி:ரூபிக்க வேண்டும். - AIR 1959 MP 17 ; 1959 Cri LJ 48.

2. எதிரியைப் போதிய அளவுக்கு எச்சரிக்கை செய்த பிறகும், அவர் ஒப்புதல் வாக்குமூலத்தை கொடுத்திருக்கும்போது, அந்த ஒப்புதல் வாக்குமூலம் தன்னிச்சையானதும் உண்மையானது மாகும். - 1989 Cri LJ 2058 (Gau).

பிரிவு 29
வழக்குத் தீர்வுகள்
(Case Laws)

1. ஒப்புதல் வாக்குமூலத்தைப் பதிவு செய்வதற்கு முன்னர் எதிரியைக் கேள்வி கேட்கவில்லையேல், அந்த ஒப்புதல் வாக்குமூலம் சான்றாக அனுமதிக்கக் கூடியதில்லை.- AIR 1957 Raj 141 : 1957 Cri LJ 545.

2. எதிரி அளிக்கும் ஒப்புதல் வாக்குமூலம் தன்னிச்சையானது என்று நடுவர் திருப்தியடைந்திருக்கும் நிலையில், அவர் கு.வி.மு.ச. பிரிவு 164(3)இன் படி தேவையான எச்சரிக்கைகளை எதிரிக்குச் செய்யவில்லை என்பதால், அந்த வழக்குச் செல்லாததாகிவிடாது. - AIR 1977 SC 1579 : 1977 Cri LJ 1206.

பிரிவு 30
வழக்குத் தீர்வுகள்
(Case Laws)

1. ஒப்புதல் வாக்குமூலத்திற்கு, காண்க : 1984 Cri LJ 1055 ; 1987 (1) Crimes 894 ; 1987 Cri LJ 789; 1960 Cri LJ 566 :1970 MLJ (Cri) 68.

2. ஒப்புதல் வாக்குமூலம் அளித்த எதிரியுடன் மற்ற எதிரிகளின் வழக்கும் சேர்த்து நடத்தப்பட்டது. வழக்கில் சாட்சிய விசாரணை முடிந்து, கு.வி.மு.ச. பிரிவு 313-இன்கீழ் கேள்வி கேட்கப்படும்போது, ஒப்புதல் வாக்குமூலம் அளித்த எதிரி தலைமறைவாகிவிட்டார். தலைமறைவான எதிரியின் வழக்குத் தனியாகப் பிரிக்கப்பட்டது. எனினும் தலைமறைவான எதிரி அளித்த ஒப்புதல் வாக்குமூலத்தை மற்ற எதிரிகளுக்கு எதிராகப் பயன்படுத்தலாம். - 1989 Cri LJ 336 (Pat).

3. கு.வி.மு.ச. பிரிவு 313-இன்கீழ் எதிரி ஒருவர் கொடுத்த வாக்குமூலத்தை, பிரிவு 30-இன்கீழ் மற்ற எதிரிகளுக்கு எதிராகப் பயன்படுத்த முடியாது. - AIR 1940 Nag 287 : 41 Cri LJ 886 : AIR 1952 J & K 49 : 1953 Cri LJ 150 ; AIR 1967 Goa 21, 25 (FB) ; AIR 1968 Ker 60, 69, 1973 Cri LJ 1761.

குற்றம் (Offence)

குற்றம் என்பதில் உடந்தைக் குற்றம் (abetment) மற்றும் குற்ற முயற்சி(attempt)யும் உள்ளடங்கும். - AIR 1934 All 927 ; AIR 1955 NUC (All) 2289.

பிரிவு 31
வழக்குத் தீர்வு
(Case Law)

ஏற்புரையைத் தவறுதலாகச் செய்திருக்கும்போது அதற்கு விளக்கமளிக்கலாம். - 1979 All LJ (NOC).

பிரிவு 32
வழக்குத் தீர்வுகள்

1. காயத்திற்குச் சிகிச்சை அளித்த மருத்துவர் காய அறிக்கையை (Injur Report) யை நிரூபிக்கக் கிடைக்காதபோது, அவரது கையெழுத்தை நன்கு அறிந்த மற்றொரு மருத்துவரைக் கொண்டு காயஅறிக்கையை நிரூபிக்கலாம். - 1984 Cri LJ 996 (All).

2. சடலக் கூராய்வு (Post-mortem) அறிக்கை தயார் செய்த மருத்துவர் இறந்துவிட்டார். எனினும் அந்த அறிக்கையை எதிரி தற்காப்புரிமைக்குப் பயன்படுத்தலாம். - Sri kumar sharma v. state 2003 Cri LJ 2258 (Pat).

3. சடல மேலாய்வு (autopsy) செய்த மருத்துவர் நீதிமன்றத்தில் சாட்சியமளிக்கக் கிடைக்கப் பெறவில்லையாயின், சடலக் கூராய்வு அறிக்கை (கார்பன் நகலாக இருந்தாலும்) சான்றாக

அனுமதிக்கத்தக்கதாகும். - Basu Harijan V. State 2000 Cri LJ 2270 (Ori).

4. சடலக் கூராய்வு (Post mortem Examination) செய்த மருத்துவர் இறந்துவிட்டார். சடலக் கூராய்வு அறிக்கை தலைமை எழுத்தரால் பதிவுக்குக் கொண்டு வரப்பட்டது.

5. பாதிக்கப்பட்டவரை பரிசோதித்த மருத்துவரை கால தாமதமில்லாமல் நீதிமன்றத்திற்குக் கொண்டுவரமுடியவில்லை. அந்த மருத்துவரால் கைப்பட எழுதப்பட்ட கார்பன் நகல் சான்றிதழை மற்றொரு மருத்துவரைக் கொண்டு நிரூபிக்கப்பட்டது. அந்தச் சான்றிதழ் சான்றாக அனுமதிக்கக்கூடியதாகும். - AIR 1989 SC 702 : 1989 Cri LJ 841.

6. சட்ட மருத்துவ அறிக்கை (Medico legal report) யில் மருத்துவர் மரண வாக்குமூலத்தைப் பதிவு செய்தார். மருத்துவர் வேலையிலிருந்து நீங்கிவிட்டார். அவர் எங்கே இருக்கிறார் என்பது தெரியவில்லை. அந்த மருத்துவரின் கையெழுத்தை நன்கு அறிந்த தலைமை எழுத்தர் மருத்துவரின் அறிக்கையை நிரூபித்தார். - 1991 Cri LJ 310 (Del).

7. காய அறிக்கை (Injury report) மற்றும் மருத்துவமனையில் நோயாளியின் படுக்கையில், நோயாளியின் தலைக்குப் பின் தொங்கும் (Bed-head ticket) சீட்டு ஆகியன மரணவாக்குமூலமாகக் கருதப்பட்டது. - 1990 Cri LJ 2276 (SC)

8. தீக்காயம் அடைந்த நபர் ஒருவர் தனக்குச் சிகிச்சை அளித்த மருத்துவரிடம், தன்னைத் தனது மாமியார் தீயிட்டுக் கொளுத்தியதாகக் கூறினார். அந்த வாக்குமூலம் மருத்துவப் பதிவேட்டில் பதிவு செய்யப்பட்டது. அது நீதிமன்றத்தால் நம்பப்பட்டது. - AIR 1988 SC 1795 : 1988 Cri LJ 1812.

9. மரண வாக்குமூலம் பக்கத்தில் இருந்தவர்களிடம் கொடுக்கப்பட்டது. அது இரண்டு சாட்சிகள் மற்றும் மருத்துவச் சாட்சியைக் கொண்டு உறுதி செய்யப்பட்டது. அந்த மரண வாக்குமூலம் நீதிமன்றத்தால் நம்பப்பட்டது. - 1988 Cri LJ 1614 (Cal).

10. இறந்துபோன நபர் (deceased) தான் காவல்துறையினரால் தாக்கப்பட்டதாகக் கூறியது மரண வாக்குமூலமாகும். - 1990 Cri LJ 2093 (Cal)

11. தந்தை மற்றும் மனைவியிடம் வாய்மொழி யாகக் கொடுக்கப்பட்ட மரணவாக்குமூலம் நம்பக்கூடியதாகும். - 1993 Cri LJ 304 (SC).

12. மரண வாக்குமூலத்தை எழுதியவரைச் சாட்சியாக விசாரிக்காததுடன் அதற்கான விளக்கமும் அளிக்கப்படவில்லை. அதனால் மரணவாக்குமூலம் உண்மையானதாகாது. - 1993 Cri LJ 2598 (SC).

13. மரணவாக்குமூலம் அளிக்கும்போது, மரண வாக்குமூலம் அளித்தவரின் நடத்தை மிகவும் முக்கியமானதாகும். - AIR 1976 SC 1994 : 1976 Cri LJ 1548.

14. நபர் ஒருவர் மரணவாக்குமூலம் அளிப்பதற்குத் தக்க நிலையில் இருக்கிறாரா என்பதனைக் கண்டறிந்து கருத்துச் சொல்வதற்குச் சரியான நபர் மருத்துவர் மட்டுமேயாவார். - Abdul Majid V. State, AIR 1976 SC 1782.

15. மரணவாக்குமூலம் கேள்வி - பதில் முறையில் அமைந்திருப்பதே நல்லதாகும். - AIR 1980 SC 1738, 1740 ; 1980 Cri LJ 1257.

16. மரண வாக்குமூலம் அளிப்பவரிடம் விடை பொதி வினாக்களை (Leading questions) கேட்கக்கூடாது. - AIR 1970 Assam 121 : 1970 Cri LJ 1327.

17. விடைபொதி வினாக்களில் கொடுக்கப்பட்ட பதிலில் அமைந்த மரணவாக்குமூலம் சிறிதளவே மதிப்புடையதாகும். - AIR 1937 PC 24 ; 38 Cri LJ 281.

18. வரதட்சணை மரணத்தில் மரண வாக்குமூலம்

வரதட்சணை மரணத்தில், பாதிக்கப்பட்டவரை (Victim) மருத்துவமனைக்குக் கொண்டு வந்தவுடன் விசாரித்து, அவரிடம் மரணவாக்குமூலத்தைப் பெறுதல் வேண்டும். மரண வாக்குமூலம் பதிவு செய்யப்பட்டதற்கும் பாதிக்கப்பட்டவர் (Victim) இறந்ததற்கும் இடையில் எவ்வளவு நேரம் இருந்தது என்பதனை நீதிமன்றம் பார்க்கும். தீக்காயங்கள் ஏற்பட்டதற்கான காரணங்களைப் பதிவு செய்திடும்போது அரசு மருத்துவமனையின் மருத்துவர்கள் மிகவும் எச்சரிக்கையாக இருத்தல் வேண்டும். மரணவாக்குமூலம் அளிப்பவரிடமிருந்து சரியான பதிலை சட்ட மருத்துவப் பதிவேட்டில் (Medico legal register) பதிவு செய்தல் வேண்டும். - State V. Neelawwa 2002 Cri LJ 3981 (SC).

19. மரண வாக்குமூலத்தின் மொழி

மரண வாக்குமூலத்தை, அதனைக் கொடுப்பவரின் மொழியிலேயே பதிவு செய்தல் வேண்டும். மரண வாக்குமூலத்தைக் கொடுப்பவரின் மொழியிலேயே பதிவு செய்தால், அது மரண வாக்குமூலத்திற்கு மேலும் கூடுதல் பலத்தை அளிக்கும். - 1992 Cri LJ 2574 (Cal).

20. மரண வாக்குமூலத்தை எந்த நபர் வேண்டுமானாலும் பதிவு செய்யலாம். - AIR 1965 Raj 130 ; (1965) 2 Cri LJ 132; AIR 1951 HP1 : 52 Cri LJ 50; AIR 1970 Goa 96.

21. மரண வாக்குமூலத்தை ஒரு காவல்துறை அதிகாரிகூட பதிவு செய்யலாம். - AIR 1951 HP1 52 : Cri LJ 50 : AIR 1970 Goa 96.

22. நடுவரை (Magistrate) அழைப்பதற்கும் போதுமான நேரம் இருந்திருக்கும் நிலையில், மருத்துவரின் முன்னிலையில்

காவல்துறையினர் மரணவாக்குமூலம் பதிவு செய்ததை நிராகரிக்க முடியாது. - 1992 Cri LJ 2415 (HP).

23. புலன்விசாரணை அதிகாரி மரணவாக்குமூலத்தைப் பதிவு செய்யலாம். - ILR (1958) 2 All 698.

24. கு.வி.மு.ச. பிரிவு 164-இன்கீழ் அதிகாரமளிக்கப்படாத நபர் மரணவாக்குமூலத்தைப் பதிவு செய்யலாம். - AIR 1955 TC 243 : 1955 Cri LJ 1405.

25. மரண வாக்குமூலத்தை ஒரு நடுவரிடம் (Magistrate) கொடுக்க வேண்டும் என்ற அவசியமில்லை. Ramawati Devi V. State AIR 1983 SC 164; Kulwant Singh V. State (2004) 2 Al Cr LR 248.

26. மரண வாக்குமூலத்தை நடுவரின் முன்னிலையில்தான் பதிவு செய்யவேண்டுமென்ற அவசியமில்லை. அதேபோன்று மரணத்தை எதிர்ப்பார்த்துதான் மரண வாக்குமூலம் கொடுக்க வேண்டுமென்பதில்லை. நபர் ஒருவர் குற்றச் சம்பவம் நடந்து 5 நாட்கள்தான் வாக்குமூலம் கொடுத்தார். அதன் பிறகு ஒரு வாரம் கழித்து இறந்துபோனார். இது அனுமதிக்கக்கூடிய சான்றாகும். - Kulwant Singh V. State 2004 AIR SCW 778.

27. மருத்துவரால் பதிவு செய்யப்படும் மரண வாக்குமூலம் பெரிதும் மதிப்புடையதாக இருக்கும். - AIR 1972 SC 1172 : 1972 Cri LJ 746 : 1972 SC (Cr) 531.

28. நபர் ஒருவர் கிணற்றில் நீர் எடுத்துக் கொண்டிருக்கும் போது எதிரி (accused) அவரைத் தாக்கினார். தாக்கப்பட்ட நபர், அவரது தாயார் மற்றும் சாட்சிகள் காவல்நிலையத்திற்குச் சென்றனர். தாக்கப்பட்டவர் காவல் நிலையத்தில் முதல் தகவல் (F.I.R.) கொடுத்தார். முதல் தகவல் அறிக்கையில், தாக்கப்பட்டவரின் கட்டைவிரல் ரேகைப் பதிவு இருந்தது. தாக்கப்பட்டவர் முதல் தகவல்

(F.I.R) கொடுத்தபிறகு இறந்துவிட்டார். முதல் தகவல் அறிக்கை (F.I.R) மரணவாக்குமூலமாகக் கருதப்பட்டது. - Babulal V. state (2004) 1 Al Cr LR 946 (SC).

29. இரண்டு முரண்பாடான மரணவாக்குமூலங்கள்; அதன் அடிப்படையில் மட்டுமே எதிரிக்குத் தண்டனை கொடுப்பது பாதுகாப்பற்றதாகும். - Lella Srinivasa V. State (2004) 9 SCC 713.

30. மரண வாக்குமூலம் வாய்மொழியாக இருக்கலாம். - AIR 1956 Cal 82 : 1956 Cri LJ 509 ; AIR 1963 Ker 54.

31. மரண வாக்குமூலம் அடையாளக் குறியீடுகள் (signs) மூலம் இருக்கலாம். - AIR 1937 PC 24 : 28 Cri LJ 281; AIR 1956 Sau 83 : 1956 Cri LJ 1240.

32. மரண வாக்குமூலம் சைகைகள் (gestures) மூலமாகவும் இருக்கலாம். - AIR 1937 PC 24 ; 28 Cri LJ 281 : (1973) 39 Cut LT 186 : AIR 1956 Sau 83 : 1956 Cri LJ 1270.

33. மரண வாக்குமூலத்தைப் புலன்விசாரணையின் போதோ அல்லது அதற்கு முன்னதாகவோ கொடுத்தல் வேண்டும். - AIR 1968 All 83. AIR 1951 HP 1:51 Cri LJ 50.

34. நபர் ஒருவரிடம் (deceased) மரண வாக்குமூலம் பதிவு செய்வதற்கு முன்னர் அவருடன் அவரது நண்பர்களும் உறவினர்களும் இருந்தார்கள் என்பதால், அந்த மரண வாக்குமூலத்தைத் தூக்கி எறிந்திட முடியாது. - 1995 Cri LJ 312 (All).

35. எதிரி தனது மனைவியின்மீது மண்ணெண்ணெயை ஊற்றி தீ வைத்தார். அதனால் அவனது மனைவி இறந்து போனாள். அவள்கொடுத்த மரண வாக்குமூலத்தின் அடிப்படையில் தண்டனை அளிக்கப்பட்டது. - AIR 1962 SC 130 : (1962) 1 Cri LJ 196.

36. நபர் ஒருவரி (deceased)டமிருந்து இரண்டு மரண வாக்குமூலம் பதிவு செய்யப்பட்டது. ஒரு மரண வாக்குமூலம் தலைமைக் காவலராலும் மற்றொரு மரண வாக்குமூலம் முதல் வகுப்பு நீதித்துறை நடுவராலும் பதிவு செய்யப்பட்டது. மேல் முறையீட்டாளரால் ஏற்படுத்தப்பட்ட காயங்கள் தொடர்பாக இரண்டு மரணவாக்குமூலங்களிலும் பலத்த முரண்பாடுகள் காணப்படுகின்றன.

நோக்கங்கள் (Motives) குறித்தும் மரண வாக்குமூலங்களில் முரண்பாடுகள் காணப்படுகின்றன. அதனால், மரண வாக்குமூலம் அளித்த நபரை அவரது பெற்றோர் தூண்டியிருக்க முடியும் என்பதனை மறுப்பதற்கில்லை. ஆகையால், மரண வாக்குமூலங்களின் அடிப்படையில் கணவன் தண்டிக்கப்படுதல் கூடாது. - 2004 Cri LJ 1447 (SC).

37. மருத்துவர் இல்லாதபோது மரணவாக்குமுலம் பதிவு செய்யப்பட்டது. மரண வாக்குமூலம் கொடுக்கும் நபர் கேள்விகளைப் புரிந்துகொண்டு பதில் சொல்லும் நிலையில் இருந்தாரா என்பது குறித்து மருத்துவர் கருத்துத் தெரிவிக்கவில்லை. ஆகையால் மரணவாக்குமூலம் உண்மையானதல்ல. அதனால், அந்த மரணவாக்குமூலத்தின் அடிப்படையில் கணவன்தண்டிக்கப்படுதல் கூடாது. - 2004 Cri LJ 1976 (Kant)

38. முழுக் குடும்பத்தினரும் வரதட்சணைக் கேட்டு கொடுமைப்படுத்தியிருக்கிறார்கள் என்று மரணவாக்கு மூலத்தில் கூறியிருக்கும்போது, அதன் அடிப்படையில் தண்டனை அளிக்கப்பட்டது சரியானதாகும். - 2005 Cri LJ 1072 B (Madh Pra)

இந்தியத் தண்டனைச் சட்டத் தீர்ப்புகள்

1. இந்தியத் தண்டனைச் சட்டம் (45/1860), பிரிவு 300 - கொலை - நேரில் பார்த்த ஒரே ஒரு சாட்சியின் சாட்சியம் - நம்பகத்தன்மை - சொல்லப்பட்ட சாட்சி தற்செயலாகச் சம்பவத்தைப் பார்த்த சாட்சியாகும்; அந்தச் சாட்சி சம்பவ நேரத்தில் இருந்தாரா என்பது பெரிதும் சந்தேகத்திற்கு உரியதாக இருக்கிறது - சாட்சி கிராமத்திற்குத் திரும்பிச் செல்லும் வழியில் நபர்கள் பலர் இருந்தும் அவர் தனது கிராமத்திற்குச் செல்லும் வரையில் சம்பவத்தைப் பற்றி யாரிடமும் கூறாதிருந்தது இயல்புக்கு மாறானதாக உள்ளது. - சாட்சி முதல் விசாரணையில் கூறும்போது இறந்துபோனவர் இரண்டு முறை தாக்கப்பட்டதை தான் பார்த்ததாகக் கூறியுள்ளார் - அவரது சாட்சியம் நம்பக் கூடியதாக இல்லை - புகார் மனு காலதாமதத்துடன் தாக்கல் செய்யப்பட்டமைக்கு விளக்கமளிக்கப்படவில்லை - தண்டனை அளிக்கப்படுவதற்கு வேறு அடிப்படை அம்சங்கள் எதுவுங் கிடையாது - எதிரி சந்தேகத்தின் பலனை அடைவதற்கு உரிமை உடையவராவார். -

2. இந்தியத் தண்டனைச் சட்டம் (45/1860) பிரிவுகள் 149, 300 - சட்ட விரோதக் கூட்டமும் கொலையும் - மெய்ப்பிப்பு - எதிரிகள் பல்வேறு ஆயுதங்களுடன் குழுவாக வந்து, கார்கள் மற்றும் மோட்டார் சைக்கிளில் சென்று, இறந்து போன நபர்கள் பயணம் வைக்கும் பேருந்தை நன்கு தெரிந்துகொண்டு, அந்தப் பேருந்தை வழிமறித்தார்கள் - இறந்து போனவர்கள் பேருந்திலிருந்து தப்பிச் சென்றிடாத வகையில் எதிரிகள் பேருந்தின் இரு வழிகளிலும் பேருந்தில் ஏறினார்கள் - அவர்களை அதே இடத்தில் வைத்துக் கொன்றார்கள். இறந்து போனவர்கள் மிகவும் அண்மையில் வைத்தே துப்பாக்கியால் சுடப்பட்டிருக்க வேண்டுமென்று மருத்துவர் சாட்சியமளித்துள்ளார் - இறந்து போனவர்களில் இருவர் பேருந்தில் எதிரிகளைச் சமாளித்துத் தப்பித்து ஓடினார்கள் - எனினும் எதிரிகள் அவர்களை துரத்திச் சென்று கொன்றார்கள் - அரசு தரப்புச் சாட்சிகள் எதிரிகளை அடையாளங் காட்டினார்கள் - சட்ட விரோதமான

கூட்டத்திற்கான பொது நோக்கம் இருந்தது என்பது சாட்சியத்திலிருந்தும் சூழ்நிலைகளிலிருந்தும் தெளிவாகத் தெரிய வருகிறது - எதிரிகள் பிரிவுகள் 149 மற்றும் 302-இன் கீழான குற்றங்களுக்காகத் தண்டிக்கப்படுவதற்குரியவர்களாவார்கள்.

3. இந்தியத் தண்டனைச் சட்டம், (45/1860), பிரிவுகள் 149, 300 - சட்ட விரோதக் கூட்டமும் கொலையும் - முதல் தகவல் அறிக்கையை அனுப்புவதில் காலதாமதம் ஏற்பட்டதால், அரசு தரப்புப் பொய்வழக்கைப் புனைந்திட வாய்ப்புள்ளதென வாதிடப்பட்டது - முதல் தகவல் அறிக்கையில் சம்பவத்தைப் பற்றி சுருங்கிய வடிவிலான வாக்குமூலம் இருப்பதால் அதனை நிலைநாட்டுகின்ற வகையில் எதுவுமில்லை - சடலமேலாய்வும் சடலக் கூராய்வும் செய்யப்பட்ட பின்னர் முதல் தகவல் அறிக்கை தயாரிக்கப்பட்டிருந்தால் அதில் கூடுதலான விடயங்கள் இணைக்கப்பட்டிருப்பதற்கு வாய்ப்புண்டு. -

4. இந்தியத் தண்டனைச் சட்டம், (45/1860), பிரிவுகள் 149, 300, சட்டவிரோதக் கூட்டமும் கொலையும் - சக எதிரிகள் கலந்து கொண்டிருத்தல் - எதிரிகள் துப்பாக்கிகளை வைத்திருந்ததாக விசாரண நீதிமன்றமும் உயர்நீதிமன்றமும் எதிரிகளுக்குத் தண்டனை அளித்தது - இறந்தவரின் உடலில் கம்பால் அடிப்பட்டதற்கான காயங்கள் எதுவுமில்லை - அதனால், சம்பவத்தில் கம்பு வைத்திருந்ததாகச் சொல்லப்பட்ட எதிரியை விடுதலை செய்தது சரியானதாகும். -

5. இந்தியத் தண்டனைச் சட்டம் (45/1860), பிரிவு 300 - கொலை - சூழ்நிலைச் சான்று - தலையில் மழுங்கலான ஆயுதத்தால் தாக்கியதால் ஏற்பட்ட காயத்தால் நபர் ஒருவர் இறந்திருப்பதாக சடலக் கூராய்வு அறிக்கையில் குறிப்பிடப்பட்டுள்ளது - சாட்சியின் வீட்டிலிருந்து 3/4 மைல் தொலைவில் உள்ள இஞ்சித் தோட்டத்தில் இறந்தவர் காயத்துடன் கிடந்ததைத் தான் பார்த்ததாகச் சாட்சி சாட்சியமளித்தார் - எதிரிகளையும் இறந்து போனவரையும் சம்பவத்திற்கு முன்னர் கடைசியாகச் சாட்கிகள் யாரும் பார்த்ததாகக்

கூறவில்லை - சங்கிலித் தொடர்போல் சம்பவம் தொடர்பாகச் சாட்சியம் அளிக்கப்படவில்லை - அதனால் எதிரிகட்குத் தண்டனை அளிக்கப்பட்டது சரியானதாகாது. -

6. இந்தியத் தண்டனைச் சட்டம் (45/1860), பிரிவு 300 - எதிரியின் மனைவி கொலை செய்யப்பட்டு இறந்து போனார் - மனைவி எதிரியின் வீட்டிலிருந்து காணாமல் போய்விட்டதாகக் கூறப்படுகிறது. ஆனால் அதனைப் பற்றி அந்தப் பெண்ணின் தாயாருக்கோ அல்லது உறவினருக்கோ தெரிவிக்கவில்லை; மற்றும் காவல் நிலையத்திலும் புகார் கொடுக்கவில்லை - மனைவி தனது வீட்டிலிருந்து பணத்தையும் மற்றும் பைகளையும் எடுத்துக்கொண்டு காணாமல் போய்விட்டார் என்றும் அவர் சென்ற இடம் தெரியவில்லை என்றும் கணவன் பொய்யான தகவலைக் கொடுத்தான். மனைவியின் தாய் காவல் நிலையத்தில் புகார் கொடுத்ததையடுத்து, எதிரி கணவன் அந்தக் கிராமத்தை விட்டு ஓடிவிட்டான். எதிரி கணவன் கிராமத்தை விட்டு ஓடும்போது, தான் தனது மனைவியைக் கண்டுபிடித்து விட்டதாகவும் அவளுடன் தான் வேறொரு இடத்தில் இதன்பிறகு வாழவிருப்பதாகவும் சார்பஞ் பெயரில் கடிதம் ஒன்று கொடுத்தான் - ஆனால் அவன் கொலைசெய்த மனைவியின் பிணம் அவனது வீட்டில் சாணத்தால் செய்யப்பட்ட வறட்டிகள் அடுக்கப்பட்ட குழியில் புதைக்கப்பட்டிருந்தது - எதிரி கணவர் தொடர்ந்து மக்களை ஏமாற்றுவதற்கு முயற்சிச் செய்திருக்கிறார் - எதிரிக்கு எதிரான குற்றம் சந்தேகத்திற்கு இடமில்லாத வகையில் மெய்ப்பிக்கப்பட்டுள்ளது - ஆகையால் எதிரி, இ.த.ச. பிரிவுகள் 302 மற்றும் 201-இன்கீழ் தண்டிக்கப்பட்டது சரியானதாகும். -

7. இந்தியத் தண்டனைச் சட்டம் (45/1860), பிரிவு 300 - கொலை - மெய்ப்பிப்பு - சொத்தை அபகரிப்பதற்காகத் தனது தந்தைக்கு மற்றொரு மனைவியின் மூலம் பிறந்த சகோதரனை எதிரி கோடாரியால் வெட்டி கொலை செய்ததாகக் குற்றச்சாட்டு - ஒரு நாள் காலதாமதத்துடன் முதல் தகவல் கொடுக்கப்பட்டது - சாட்சிகளின்

சாட்சியம் மருத்துவச் சாட்சியத்துடன் ஒத்துப்போகவில்லை - புலன் விசாரணை அதிகாரி, கோடாரி எப்போது எங்கே கைப்பற்றப்பட்டது என்பதனைக் குறிப்பிடாததுடன், கோடாரி எங்கே இருந்து எடுக்கப்பட்டதோ அந்த இடம் பற்றிய வரைபடத்தையும் தயாரிக்கவில்லை - எதிரி சுட்டிக் காட்டியதன்பேரில் கோடாரி கண்டறியப்பட்டதாகக் கூறுவது சந்தேகத்திற்குரியதாக இருக்கிறது - கொலைக்கான நோக்கம் திருப்திப்படும் வகையில் மெய்ப்பிக்கப்படவில்லை - ஒப்புதல் வாக்குமூலம் எடுத்து எதிரிக்குப் படித்துக் காட்டியதன்கீழ் விவரக் குறிப்புப் பதிவு செய்யப்படவில்லை - மேற்சொல்லப்பட்ட ஒப்புதல் வாக்குமூலத்தின் அடிப்படையில், எதிரிக்குத் தண்டனை வழங்குதல் முடியாது - எதிரி சந்தேகத்தின் பலனைப் பெறுவதற்கு உரிமையுடையவராவார்.

8. இந்தியத் தண்டனைச் சட்டம் (45 / 1860), பிரிவு 300 - கொலை - சூழ்நிலைச் சான்று - புகைப்படம் எடுக்கும் பழக்கத்தால் எதிரிக்கும் இறந்து போனவருக்கும் நெருங்கிய தொடர்பு உண்டு - இறந்துபோனவர் இறக்கும் நாளில், காலையில் தனது வீட்டை விட்டுப் புறப்படும்போது, தான் எதிரியின் வீட்டுக்குச் செல்வதாகத் தனது மனைவியிடம் சொல்லிப் புறப்பட்டுள்ளார் - அதன் பிறகு அவரது இறந்து போன உடல் எதிரி குடியிருக்கும் வீட்டின் முதல் மாடியில் எதிரியின் அறையிலிருந்து கண்டெடுக்கப்பட்டுள்ளது. இறந்துபோனவரின் உடல் முழுவதும் காயங்களுடன் கட்டிலில் கட்டப்பட்ட நிலையில் எதிரியின் அறைக்கு அந்த உடல் ஏன்? எப்படி வந்தது என்பதற்கு எதிரி விளக்கம் ஏதும் அளிக்கவில்லை - எதிரியின் நடத்தையால் எதிரி இந்தக் கொலைக் குற்றத்தைச் செய்தாரென்று ஊகிக்கலாம் - இறந்து போனவருடன் தனக்குத் தொடர்பு எதுவுமில்லையென்று எதிரி அளிக்கும் விளக்கம் பயனற்றதாகும் - கடைசியாகக் காணாமல் போன இணைப்பு, சூழ்நிலைச் சான்று முழுமைப் பெறுவதற்குக் கூடுதல் சூழ்நிலையாகும். அதனால் எதிரிக்குத் தண்டனையளித்தது சரியானதாகும். -

9. இந்தியத் தண்டனைச் சட்டம் (45/1860), பிரிவு 300 - கொலை - யார் கொடுத்த தகவலின் பேரில் முதல் தகவல் அறிக்கைப்

பதிவு செய்யப்பட்டதோ, சம்பவத்தை நேரில் பார்த்த அந்தச் சாட்சி விசாரிக்கப்படவில்லை - சம்பவத்தை நேரில் பார்த்த மற்ற சாட்சிகளின் சாட்சியம்உண்மையானதாகவும் நம்பக்கூடியதாகவும் இருப்பதால், மேற்சொல்லப்பட்ட சாட்சியை விசாரிக்கவில்லை என்பதால் குற்ற வழக்குப் பயனற்றதாகிவிடாது. -

10. இந்தியத் தண்டனைச் சட்டம் (45/1860) பிரிவு 304ஆ - வரதட்சணை மரணம் - திருமணமாகி மூன்றாண்டுகளுக்குள் மூச்சு அமுக்கப்பட்டு இறந்து போயுள்ளார் - விரக்தியினால் தற்கொலை செய்து கொண்டார் என்று எதிரி தரப்பில் வாதிடப்பட்டது - இறந்து போனவர் 5 அடி உயரத்தில் தான் தூக்குப் போட்டுத் தற்கொலை செய்து கொண்டிருக்கிறார். அவ்வளவு குறைந்த அளவு உயரத்தில் தூக்குப் போட்டுக் கொள்ள முடியாது. அதனால் எதிரியின் தரப்பில் உரைப்பது பொய்யான சங்கதியாக உள்ளது - இறந்துபோனவர் வரதட்சணையை நிறைவு செய்யாததால் தான் கொடுமை செய்யப்பட்டு இறந்துபோனார் என்று சாட்சிகள் அனைவரும் முரண்பாடு இல்லாதவகையில் சாட்சியமளித்திருக் கிறார்கள். - அரசு தரப்பு எதிரிக்கு எதிரான வழக்கைச் சந்தேகத்திற்கு இடமில்லாத வகையில் மெய்ப்பித்துள்ளது - ஆகையால் இறந்து போனவரின் கணவனுக்கும் கணவனின் சகோதரருக்கும் தண்டனையளித்தது சரியானதாகும்.

11. இந்தியத் தண்டனைச் சட்டம் (45/1860), பிரிவுகள் 300, 326, 34 - கொலை - பொது எண்ணம் தரப்பினர்களுக்கிடையில் நிலத்தகராறு - சம்பவ நாளில் இறந்துபோனவரும் அவரது சகோதரரும் அறுவடை செய்து கொண்டிருந்தார்கள். - எதிரிகள் காவல்துறையினரின் உதவியில்லாமல் கையில் ஆயுதங்களுடன் வந்து இறந்துபோனவரையும் அவரது சகோதரரையும் தாக்கினார்கள் - எதிரி அபாயகரமான ஆயுதத்துடன் வயலுக்கு வந்தது அவர் பொதுவான எண்ணத்தில் பங்கெடுத்துக்கொண்டார் என்பது தெரிய வருகிறது - ஆனால் பொதுவான எண்ணத்தால் இறந்துபோனவர் மரணமடையவில்லை - எதிரிகள் காவல்துறையினரின் உதவியை

நாடியதிலிருந்து அவர்கள் முதலில் சட்டத்தைத் தன் கையில் எடுத்துக் கொள்ளும் எண்ணத்தில் இருக்கவில்லை என்பதனை அது சுட்டிக்காட்டுகிறது - மேலும் சம்பவத்தின்போது இருந்ததாகச் சொல்லப்படுகின்ற எதிரிகளில் பலரது கைகளில் கோடாரிகள் இருந்ததாகக் கூறப்படுகிறது - ஆனால் சடலக்கூராய்வு செய்த மருத்துவர், கொலை செய்யப்பட்டு இறந்துபோனவரின் உடம்பில் கோடாரியால் வெட்டப்பட்டகாயம் ஒன்றே ஒன்றுதான் இருந்ததாகத் தனது சடலக்கூராய்வு அறிக்கையில் குறிப்பிட்டுள்ளார் - அந்த ஒரே ஒரு காயத்தையும் எதிரிகளில் யார் ஏற்படுத்தினார் என்று அந்த நபரை அரசு தரப்பு அடையாளங்காட்ட தவறியுள்ளது - ஆகையால் எதிரி கொடுங்காயம் விளைவித்தமைக்காக இ.த.ச. பிரிவு 326 உடன் பிரிவு 34-இன்கீழ் குற்றமிழைத்தவராவார். -

12. இந்தியத் தண்டனைச் சட்டம் (45/1860), பிரிவுகள் 375, 376, 377, 354 - இந்திய அரசியலமைப்புச் சட்டம், பிரிவு 20(1) - "கற்பழிப்பு" - சொற்பொருள் விளக்கம் - "நுழைதல்" என்பதில் எல்லா வகைமுறைகளும் உள்ளடங்காது - ஆண்குறி பெண்குறியில் நுழைதல் மட்டுமே நுழைதல் என்பதாகும் - கற்பழிப்பு என்ற சொற்பொருள் விளக்கத்தில் "காமுறு புணர்ச்சி" என்ற சொற்கள் அடங்கியிருக்கிறது.

13. இந்தியத் தண்டனைச் சட்டம் (45/1860), பிரிவு 376 - கற்பழிப்பு - மெய்ப்பிப்பு - கற்பழிக்கப்பட்டவரால் அளிக்கப்பட்ட சாட்சியம் கோர்வையாகவும், ஏற்றுக் கொள்ளக்கூடிய வகையிலும், முதல் தகவல் அறிக்கையோடு ஒத்துப்போகக் கூடியதாகவும் உள்ளது - கற்பழிக்கப்பட்டவர் வயதுவந்த ஒரு திருமணமான பெண்மணியாவார் - அவர் திருமணமான பெண் என்பதால் காமுறு புணர்ச்சியில் பழக்கப்பட்டவராவார் - அதனால் கற்பழிக்கப்பட்ட பெண்ணின் மர்ம உறுப்பில் காயங்கள் இல்லை என்பதால், அரசு தரப்புப் பொய் கூறுகிறது என்பதும், கற்பழிக்கப்பட்டதாகச் சொல்லப்படுகின்ற பெண் உடலுறவுக்குச் சம்மதித்து இருந்தாள் என்று கூறுவதும் தவறானதாகும்.

14. இந்திய தண்டனைச் சட்டம் (45/1860) பிரிவு 376 - 8 வயது பெண் கற்பழிக்கப்பட்டாள் - கற்பழிக்கப்பட்ட சிறுமியின் பெண்குறியில் வீக்கம் ஏற்பட்டிருந்ததுடன் சவ்வு கிழிக்கப்பட்டிருந்தது என்று மருத்துவச் சாட்சியம் கூறுகிறது. எதிரி 27 வயது ஆனவர். ஆனால் அவரது ஆண் குறியில் காயம் எதுவுமில்லை - சாட்சிக் கூண்டில் ஏறி சாட்சியமளித்த மருத்துவர்கள் இந்தக் கற்பழிப்பை இல்லையென்று மறுக்க முடியாதென்று சாட்சியமளித்துள்ளார்கள். இந்தச் சூழ்நிலையில் எதிரிக்குத் தண்டனையளித்தது சரியானதாகும்.

15. இந்தியத் தண்டனைச் சட்டம், (45/1860) - பிரிவுகள் 302/149, 307/149, 452, 148, 147- பதின்மூன்று நபர்கள், அரசு தரப்புச் சாட்சி 4-இன் குடும்ப உறுப்பினர் அனைவரையும் மற்றும் (குழந்தைகள் உட்பட) 'எம்' ஐயும் கொன்றார்கள் - முதல் தகவல் அறிக்கையில் குறிப்பிடப்பட்டுள்ள எதிரிகளின் பெயர்கள், அரசு தரப்புச் சாட்சி-4 அளித்த மரண வாக்குமூலத்தில் (பின்னர் இவர் உயிர் பிழைத்துக்கொண்டார்) குறிப்பிடப்படவில்லை - இந்த ஒரு காரணத்தால் எதிரிகளை உயர்நீதிமன்றம் விடுதலை செய்தது - **தீர்ப்பு :** அது சரியானதன்று - பதிவு செய்யப்பட்ட சாட்சியத்தை உயர்நீதிமன்றம் சரியான முறையில் தனது கவனத்தில் கொள்ளவில்லை - அதனால் இந்த வழக்கை மீண்டும் புதிதாக விசாரித்துத் தீர்ப்பு வழங்கிட விசாரணை நீதிமன்றத்திற்கே திருப்பி அனுப்பப்படுகிறது - குற்ற விசாரணைமுறைச் சட்டம், 1973 பிரிவுகள் 386 மற்றும் 374 (2).

16. (அ) இந்தியத் தண்டனைச் சட்டம் (45/1860), பிரிவு 361 - வயது வராத பெண்ணை அவளது சட்டப்படியான காப்பாளரிடமிருந்து கடத்துதல் - "மயக்குதல்" - எந்த வகையில் - அரசு தரப்புச் சாட்சி - 2 (வயது வராத பெண்ணைத் திருமணஞ் செய்து கொள்வதாக எதிரி வாக்குறுதி அளித்தார் - அந்த அடிப்படையில் அசா.2, அவளது சட்டப்படியான காப்பாளரின் கூட்டிலிருந்து வெளியேறினார்- **தீர்ப்பு :** எதிரியால் அளிக்கப்பட்ட வாக்குறுதி மயக்கியதாகும்.

17. இந்தியத் தண்டனைச் சட்டம் (45/1860), பிரிவுகள் 302, 304, 34 - கொலை - தண்டனை - ஒரே ஒரு சாட்சியின் அடிப்படையில் தண்டனை அளிக்கப்பட்டது - செல்லுபடியாகக் கூடியதா? - அந்த ஒரு சாட்சியம் இறந்து போனவரின் சகோதரராவார் - அளிக்கப்பட்ட சாட்சியம் மற்ற சாட்சியங்களுடன் ஒத்ததாகவும் நம்பகத்தன்மையுடையதாகவும் இருக்கிறதா என்பதனை மிகவும் எச்சரிக்கையாக ஆய்வு செய்தல் வேண்டும் - ஒரு சாட்சியும் நம்பத்தக்க வகையில் சாட்சியம் அளித்துள்ளார் - ஆகையால் எதிரிக்கு அளிக்கப்பட்ட தண்டனை செல்லத்தக்கதாகும்.

18. இந்தியத் தண்டனைச் சட்டம் (45/1860), பிரிவுகள் 415, 417 மாற்றுமுறை ஆவணச் சட்டம் (26/1881) பிரிவு 138 - வங்கி - நிர்வாகம் வங்கிக் கணக்கைத் தானாக மூடிவிட்டது - வங்கிக் கணக்கு மூடப்பட்டதால் காசோலை வங்கியில் ஏற்றுக்கொள்ளப் படாமல் திருப்பப்பட்டது - எதிரி ஏமாற்ற வேண்டும் என்ற எண்ணத்தில் இல்லை - ஆகையால் தண்டனை இரத்துச் செய்யப்படுகிறது.

19. இந்தியத் தண்டனைச் சட்டம் (45/1860), பிரிவு 498 அ - பொருந்துகை - இறந்துபோனவர் மண்ணெண்ணெயை ஊற்றித் தன்னை எரித்துக்கொண்டார் - அவர் திருமணமாகி ஏழாண்டுகளுக்குள் இவ்வாறு இறந்துபோனார் - அவரது மரணத்திற்கு வரதட்சணை கேட்கப்பட்டதும் அது காரணமாகக் கொடுமை இழைத்ததுமே காரணமாகும் என்று கூறப்படுகிறது - எனினும் வரதட்சணை கேட்கப்பட்டதற்கும் அது காரணமாகத் தொகை அளிக்கப்பட்டதற்கும் திருப்திப்படும் வகையில் சாட்சியம் அளிக்கப்படவில்லை - அதேபோன்று இறந்துபோனவர் கொடுமைக்கு உட்படுத்தப்பட்டார் என்பதும் நிலைநாட்டப்படவில்லை - மரண வாக்குமூலம் தாக்கல் செய்யப்படவில்லை - ஆகையால், எதிரி பிரிவு 498-இன் கீழான குற்றச்சாட்டிலிருந்து விடுவிக்கப்படுகிறார்.

20. இந்தியத் தண்டனைச் சட்டம், 1860 - பிரிவு 302 மனைவியும் மற்றும் இரு மகள்களும் (ஒருத்தி 7 வயது மகள்; மற்றொருத்தி 1 ½ மகள்) இறந்துபோனார்கள் - இது கொலையா? அல்லது தற்கொலையா? - பிரிவு 302-இன் கீழான குற்றச்சாட்டிலிருந்து கணவன் விடுதலை செய்யப்பட்டார் - இது ஏற்கக் கூடியதா? வீட்டின் கதவு உள்ளே தாழிடப்பட்டிருந்தது - **தீர்ப்பு :** எதிரி வீட்டின் அறைக்குள் இறந்துபோனவர்களைத் தீயிட்டுக் கொளுத்திவிட்டு, அந்த அறையிலிருந்து தப்பியிருக்க முடியாது - மனைவியால் எழுதப்பட்டு விட்டுச் சென்ற கடிதத்தில் அது கொலையல்ல; தற்கொலை என்றே குறிப்பிடப்பட்டுள்ளது. ஆகையால், கணவன், பிரிவு 302-இன் கீழான குற்றத்திலிருந்து விடுவிக்கப்பட்டது சரியானதாகும் என்று தீர்ப்பிடப்பட்டது.

21. இந்தியத் தண்டனைச் சட்டம், 1860 - பிரிவு 498 -அ கீழ் கணவனுக்குத் தண்டனை வழங்கப்பட்டது - ஏற்புடையதா? திருமணத்தின்போது அளிக்கப்பட்ட வரதட்சணையில் திருப்தியில்லை என்று கணவன், மனைவிக்குத் தொடர்ந்து தொல்லைகள் கொடுத்து வந்தார் - அவர் பெருமளவில் தொகைகள் கேட்டார் - மனைவியின் பெற்றோரிடமிருந்து சில பொருள்களைப் பெற்றார் - தீர்ப்பு : பிரிவு 498 -அ- இன் கீழான குற்றம் முழுமையாக நிலை நாட்டப்பட்டது - ஆகையால் அளிக்கப்பட்ட தண்டனை சரியானதென்று ஏற்கப்பட்டது.

ஊழல் தடுப்புச் சட்டத் தீர்ப்புகள்

ஊழல் தடுப்புச் சட்டம் (49/1988), பிரிவுகள் 13(1), தண்டனையை எதிர்த்து மேல்முறையீடு செய்யப்பட்டது - எதிரி சாதாரண ஒரு எழுத்தராவார் - அவர் இலஞ்சமாகக் கேட்டது ரூ.150/ - ஆகும் - அவர் இலஞ்சமாகக் கேட்டது மிகவும் சொற்பமான ஒரு தொகையாகும். எதிரி இறந்துவிட்டார் - அவரது சார்பில் அவரது வாரிசுகள் இந்த மேல்முறையீட்டைத் தாக்கல் செய்துள்ளார்கள். எதிரிக்கு வரவேண்டிய வருங்கால வைப்புநிதி, பணிக்கொடை மற்றும் பணி ஓய்வின்மூலம் கிடைக்கப்பெறும் பயன்களை அடையவே இந்த மேல்முறையீடு செய்யப்பட்டுள்ளது - அதனால் எதிரிக்கு எதிரான தண்டனை இரத்துச் செய்யப்பட்டது.

ஊழல் தடுப்புச் சட்டம், 1988 - பிரிவு 17 - ஊழல் தடுப்புச் சட்டத்தின் கீழான குற்றத்தைப் புலன் விசாரணை செய்ய காவல்துறை ஆய்வாளருக்குள்ள அதிகாரம் - இந்தச் சட்டத்தின் கீழான குற்றத்தைப் புலன் விசாரணை செய்ய காவல்துறைத் துணைக் கண்காணிப்பாளருக்குத்தான் அதிகாரமுண்டு; முதல் வகுப்பு நீதித்துறை நடுவரின் உத்தரவில்லாமல் ஒரு காவல்துறை ஆய்வாளர் புலன்விசாரணை செய்ய முடியாதென்று வாதிடப்பட்டது - அத்தகைய வாதத்தை உயர்நீதி மன்றத்திலோ அல்லது சிறப்பு அனுமதியின்போதோ அல்லது அதன் கேட்பின் போதோ எடுத்துரைக்கவில்லை - உச்சநீதிமன்றத்தில் அனைத்து விசாரணைகளும் முடிந்த பிறகு இறுதியாக இந்த முறையீடு எழுத்து மூலமாகத் தாக்கல் செய்யப்பட்டது - பிரிவு 17 வரையத்தின் கீழ் காவல்துறை ஆய்வாளருக்கு அதிகாரம் வழங்கப்படவில்லை என்பதற்கு வழக்கு எதுவுமில்லை - ஆகையால், மேற்சொல்லப்பட்ட இந்தப் பிரச்சினையைக் குறித்துப் பரிசீலனை செய்திட உச்சநீதிமன்றம் விருப்பமில்லை.

வன்கொடுமை தடுப்புச் சட்டத் தீர்ப்புகள்

பிரிவு 3(1) - பட்டியல் மரபு பழங்குடி வகுப்பைச் சேர்ந்தவருக்கு எதிராக வன்கொடுமை இழைக்கப்பட்டதாகப் புகார் கொடுக்கப்பட்டது - புகார்தாரர் பழங்குடியினர் - அவர் கிறித்துவராக மாறியவருமாவார் - அதனால் அவர் தொடர்ந்து பட்டியல் மரபு பழங்குடியினராகக் கருதப்படுவாரா? இது ஒரு பொருண்மை சார்ந்த கேள்வியாகும்- ஆகையால், இந்தப் பிரச்சினையை முடிவு செய்து தீர்ப்பு வழங்குவதற்காக இந்த வழக்கு மீண்டும்விசாரணை நீதிமன்றத்திற்கு அனுப்பி வைக்கப்படுகிறது.

தமிழ்நாடு குண்டர்கள் தடுப்புச் சட்டத் தீர்ப்புகள்

பிரிவு 3 - காவல் வைப்புக்கான ஆணை - பல்வேறு வழக்குகளில் தண்டனை வழங்கப்பட்டதாகக் கூறப்படுகிறது. ஆனால் சில வழக்குகளில் வழங்கப்பட்ட தீர்ப்புரைகளின் நகல்கள் வழங்கப்படவில்லை - இது குண்டர்கள் தடுப்புச் சட்டத்தின் கீழ் காவலில் வைக்கப்பட்டவருக்குக் குந்தகம் ஏற்படுத்துவதாகும் - ஆகையால், குண்டர்கள் தடுப்புச் சட்டத்தின்கீழ் காவலில் வைக்க பிறப்பிக்கப்பட்ட ஆணை தள்ளுபடி செய்யப்படுகிறது.

மாற்றுமுறை ஆவணச் சட்டம் (26/1881)

1. மாற்றுமுறை ஆவணச் சட்டம் (26/1881), பிரிவு 138 - காசோலை ஏற்கப்படாமை - "சட்டப்படியாக அடைக்கப்பட வேண்டிய கடன்" - புகார்தாரரிடம் கைமாற்றாக வாங்கியிருந்த கடனைத் திரும்ப அடைப்பதற்காக ரூ.60,000/-க்கு எதிரியால் கொடுக்கப்பட்ட காசோலையைப் பணமின்மையால் வங்கியால் ஏற்றுக் கொள்ளப்படாமல் திருப்பப்பட்டது - வழக்குத் தரப்பினர் களுக்கிடையில் சுமூகமான உறவுநிலை இல்லாதநிலையிலும் மற்றும் அவ்விருவருக்குமிடையில் உரிமையியல் வழக்கு நிலுவையில் இருந்துவரும் நிலையிலும் எதிரிக்குக் கைமாற்றாகக் கடன் கொடுத்தேன் என்று புகார்தாரர் கூறும் கதை நம்பக்கூடியதாக இல்லை - எதிரியால் வழங்கப்பட்டதாகச் சொல்லப்படுகின்ற காசோலையையும் மற்றும் அதனோடு தொடர்வரிசையுள்ள காசோலைகளையும் புகார்தாரரும் மற்றும் அவருடன் வந்த சில நபர்களும் எதிரியிடமிருந்து பிடுங்கிச் சென்றதாக எதிரி எதிர்வாதம் செய்கிறார். புகார்தாரரின் புகார் மனுவில் குறிப்பிட்டுள்ள காசோலையின் எண்ணைத் தொடர்ந்து மற்றொரு புகார் மனுவில் குறிப்பிடப்பட்டுள்ள காசோலையின் எண்ணும் இருப்பதால், எதிரியின் எதிர்வாதம் ஏற்றுக்கொள்ளக் கூடியதாக இருக்கிறது - புகார்தாரர் உண்மையான சாட்சியில்லை - ஆகையால், எதிரியை விடுதலை செய்ததில் தலையிட முடியாது.

2. மாற்றுமுறை ஆவணச் சட்டம் (26/1881) பிரிவு 138ஆ மற்றும் (இ) - காசோலை வங்கியில் ஏற்கப்படவில்லை - எதிரிக்கு அறிவிப்பு அனுப்பப்பட்டது - எதிரிக்குப் பதிவு அஞ்சலிலும் சான்றிட்ட அஞ்சலிலும் அறிவிப்பு அனுப்பப்பட்டதாகப் புகார்தாரர் கூறினார் - பதிவு அஞ்சலில் அனுப்பப்பட்ட அஞ்சல் எதிரிக்குச் சார்வாகாமல், “முகவரியாளர் சென்றுவிட்டார்” என்ற மேல்குறிப்புச் செய்யப்பட்டுத் திருப்பப்பட்டுள்ளது - சான்றிட்ட அஞ்சலில் அனுப்பப்பட்ட அறிவிப்புச் சார்வு செய்யப்பட்டமை சாட்சியம் எதுவும் அளிக்கப்படவில்லை - ஆகையால், எதிரி சந்தேகத்தின் பலனை அடைய உரிமையுடையவராவார்.

3. மாற்றுமுறை ஆவணச் சட்டம் (26/1881), பிரிவு 138 - காசோலை வங்கியில் ஏற்கப்படவில்லை - காசோலை வங்கியில் இரண்டு முறை சமர்ப்பிக்கப்பட்டது - எனினும் காசோலை இரண்டாவது முறை சமர்ப்பிக்கப்பட்டதை மட்டுமே புகார்தாரர் புகார் மனுவில் குறிப்பிட்டுள்ளார் - வழக்குமூலம், காசோலை முதன்முதலில் சமர்ப்பிக்கப்பட்டபோது எழுந்ததாகும் - காசோலை முதன்முதலில் சமர்ப்பிக்கப்பட்டுத் திருப்பப்பட்டதையடுத்துப் புகார்தாரர் சட்டப்படியான நடவடிக்கை எதனையும் எடுக்கவில்லை - காசோலை இரண்டாவது முறை சமர்ப்பித்து அது திருப்பப்பட்ட பிறகே புகார்தாரரால் புகார் மனு தாக்கல் செய்யப்பட்டுள்ளது. அது நிலைநிற்கத்தக்கதல்ல.

4. மாற்றுமுறை ஆவணச் சட்டம் (26/1881), பிரிவு 138 - காசோலை வங்கியால் ஏற்றுக் கொள்ளப்படாமல் திருப்பப்பட்டது - புகார் - கால வரம்பு - “தொகையைக் கேட்டு விடுக்கப்பட்ட அறிவிப்புக் கிடைக்கப்பெற்று பதினைந்து நாட்களுக்குள்” என்பதன் பொருள் - ஆவணத்தை வைத்திருப்பவர் தொகையைக் கேட்டு விடுத்த அறிவிப்பு எதிரியால் பெறப்பட்டதையடுத்து, பதினைந்து நாட்களுக்குள் தொகையைப் பெற்றிருத்தல் வேண்டும் - ஆனால் தொகையைக் கேட்டு விடுத்த அறிவிப்புக் கிடைத்த பிறகு 15 நாட்கள் கழித்து அந்தத் தொகையைச் செலுத்து முகத்தான் கேட்பு

வரைவோலை அனுப்பப்பட்டது. அதனை மாற்றிப் பணம் பெறப்பட்டது - அதனால் காலவரம்பு பாதிக்கப்பட மாட்டாது - காலவரம்பு, தொகையைக் கேட்டு விடுக்கப்பட்ட அறிவிப்பைப் பெற்றதிலிருந்து தொடங்குகிறது - ஆகையால், புகார் மனு நிலைநிற்கக் கூடியதாகும்.

5. மாற்றுமுறை ஆவணச் சட்டம் (26/1881), பிரிவு 138 - குற்ற விசாரணைமுறைச் சட்டம் (2/1974), பிரிவு 397 - காசோலை வங்கியால் ஏற்றுக் கொள்ளப்படவில்லை - அதனால் எதிரிக்குத் தண்டனை அளிக்கப்பட்டது. எதிரிக்கு வழங்கப்பட்ட தண்டனை போதுமானதல்லவென்று சீராய்வு மனு தாக்கல் செய்யப்பட்டது - காசோலையில் குறிப்பிடப்பட்டுள்ள தொகை ரூ.60,000/- ஆகும் - நீதித்துறை நடுவர், பிரிவு 138-ஐ தவறாகப் படித்துப் புரிந்து கொண்டு எதிரிக்கு ரூ.10,000/- மட்டும் அபராதமாக விதித்துத் தண்டனை வழங்கினார் - அபராதமாக விதிக்கப்பட்ட தண்டனை போதுமானதாகாது என்று புகார்தாரர் சீராய்வு மனு தாக்கல் செய்தார். புகார்தாரர் சீராய்வு மனு செய்ய உரிமையுடையவராவார் - அபராதத் தொகையை ரூ.10,000/- யிலிருந்து ரூ.65,000/- ஆக உயர்த்தி அமர்வு நீதிபதி தண்டனையை அதிகப்படுத்தியது சரியானதாகும்.

6. மாற்றுமுறை ஆவணச் சட்டம் (26/1881), பிரிவு 138 - காசோலை வங்கியால் ஏற்றுக் கொள்ளப்படவில்லை - தந்தி மூலம் அறிவிப்புக் கொடுக்கப்பட்டது - தந்தி மூலம் அனுப்பிய அறிவிப்புச் செல்லக்கூடியதா? தந்தி மூலம் அனுப்பிய அறிவிப்பைச் சட்டப்படியான அறிவிப்பாகக் கொள்ள முடியாது - தந்தியைத் தொடர்ந்து குறிப்பிட்ட காலவரைக்குள் தந்தியைத் தகுந்த அறிவிப்பாகக் கொள்வதற்குக் கடிதம் அனுப்பப்படவில்லை.

7. மாற்றுமுறை ஆவணச் சட்டம், (26/1881) - பிரிவுகள் 138, 147 காசோலை ஏற்கப்படாத குற்றம் - பிரிவு 147-இன் கீழ் சமரசஞ் செய்து கொள்வதற்குரியதாகும் - பிரிவு 138-இன் கீழ் எதிரி

குற்றவாளியெனத் தீர்மானிக்கப்பட்டுத் தண்டனை அளிக்கப்பட்டது - இதில் புகார்தாரருக்குப் பணத்தைத் திரும்பச் செலுத்தி உடன்பாடு செய்து கொண்டுவிட்டபடியால், எதிரிக்கு எதிராக வழங்கப்பட்ட தண்டனை இரத்துச் செய்யப்படுகிறது.

இந்திய டிரஸ்டுகள் சட்டத் தீர்ப்புகள்

பிரிவு 1

1. சில நோக்கங்களுடன் டிரஸ்ட்டு ஒன்று அமைக்கப் பட்டிருக்கும்போது, அந்த டிரஸ்ட்டை நிறுவியவரால்கூட அந்த அசல் நோக்கங்களை நீக்க முடியாது. - 1986 Tax LR 70 (74) (DB) : (1984)149 1TR 6.

2. தர்மசாலை ஒன்றுக்கான டிரஸ்டடு, தனியார் டிரஸ்ட்டு ஆகாது. - AIR 1948 East Punj 49 (58).

3. ஆரம்பத்தில் டிரஸ்ட்டை உருவாக்கியவரின் குடும்ப நன்மைக்காக டிரஸ்ட்டு உருவாக்கப்பட்டிருக்கும்போது, அது ஒரு தனியார் டிரஸ்ட்டும் மற்றும் ஒரு பொது டிரஸ்ட்டுமாகும். - AIR 1973 SC 623 (626).

4. தனியாகவோ பொதுவாகவோ சமயம் மற்றும் தர்ம காரியங்கள் சம்பந்தமான டிரஸ்ட்டை தொடங்கும்போது, அதனைப் பதிவு செய்யவேண்டிய அவசியமில்லை. ILR (1976) 1 Cal 57(71) : 1982 Tax LR (NOC) 147 : (1982) 26 Cur Tax Rep 69 (72) (DB) (Cal) : 1979 All LJ (NOC) 2 : 1978 (UP) RCC 601 (603) (1978) 2 Ren CJ 470 (All).

5. இந்திய டிரஸ்ட்டுகள் சட்டம், தனியார் டிரஸ்ட்டுக்கு மட்டுமே பொருந்தும். பொது மற்றும் தனியார் மத மற்றும் அறக்கட்டளைகளுக்குப் பொருந்தாது. - Shri Ram Kishan Mission V. Dogar Singh AIR 1984 All 72.

6. தனியார் டிரஸ்ட்டு என்பது, தனிப்பட்டவர்கள் அல்லது குடும்பங்களின் வசதிக்கு அல்லது உதவிக்கு உரியதாகும். பொது டிரஸ்ட்டு என்பது பொது மக்களின் நலனுக்காக ஏற்படுத்தப்படுவதாகும். - Woodroffe and Ameer Ali, Civil procedure code, 2nd Ed. ; P.356.

பிரிவு 2

1. 'அ' என்பவர் நாட்டுக்கோட்டை செட்டியார் இனத்தைச் சேர்ந்தவராவார். அவரது குடும்பம் வங்கித் தொழிலை மேற்கொண்டிருந்தது. - அவரது மகள் 'இ' -இன் திருமணத்தின் போது, அவளது கணக்கில் குறிப்பிட்டத் தொகையை ஆஸ்தி நிதியாகச் செலுத்துவதாக 'அ' உறுதியளித்திருந்தார். திருமணத்திற்குப் பிறகு 'இ' - இன் பெயரிலுள்ள கணக்கில் தொகை செலுத்தப்பட்டது. அந்தத் தொகையுடன் வட்டியும் சேர்ந்தது. 'அ' என்பவர், 'இ' என்பவளுக்கு ஆஸ்திநிதியைக் கொடையாக அளித்தது, டிரெஸ்டு வடிவிலாகும். அவரும் டிரஸ்ட்டி ஆவார். ஆகையால், 'அ'-இன் வாரிசுகள் 'இ'-இன் தொகைக்குக் கணக்குக் காட்டுவதற்குப் பொறுப்பானவர் களாவார்கள். - (1987) Mad LW 740 (744, 745) (DB).

பிரிவு 3

ஒருவர் தனக்குச் சொந்தமில்லாத சொத்தின்பேரில் டிரஸ்ட்டை உருவாக்கமுடியாது.

2. 'அ' என்பவர், 'அ' மற்றும் 'இ'-இன் சகோதரியாவார். 'அ', 'ஆ'-வுக்கு உதவி செய்யும் வகையில் மூதாதையர் அடைமானம் வைத்த வீட்டை, மீட்டு அதனை 'ஆ' - யிடம் அளிக்கும்படி, அ, இ -யிடம் ரூ.50,000/- தொகையைக் கொடுத்தார். அத்தகைய மாற்று நடவடிக்கை ஒரு டிரஸ்ட்டு ஆகும். - AIR 1928 Mad 43 (44)

3. வக்ஃபை முதன்முதலில் நிறுவியவர், அவரது மகனை டிரஸ்ட்டிகள் வரிசையில் ஒருவராக நியமித்தார். அவர், பிரிவு 3-இன்

பொருளின்படி பயன்பெறவும் முடியும். அறக்காரியங்களை நிறைவேற்றிய பின்னர், எஞ்சியுள்ளவற்றில் தமது பங்கை, அவர் வக்ஃபு ஆவண நிபந்தனையின்படி பெறுவதற்கு உரிமையுடையவருமாவார். - AIR 1957 Mad 194 (196) (DB)..

4. இருந்த கட்டடத்தை இடிப்பதற்கும் அதன்மீது புதிய கட்டடம் கட்டுவதற்கும், உரிய டிரஸ்ட்டி முன்னதாக உயர்நீதி மன்றத்திடமிருந்து அனுமதி பெறவில்லை. மற்றும் அவர் நீதிமன்றம் அனுமதித்த தொகையைவிட கூடுதலாகச் செலவு செய்தார். ஆகையால், டிரஸ்ட்டி நம்பிக்கை மோசடிக் குற்றமிழைத்தவராவார். - AIR 1993 SC 1472 (1477) (1993) 1 Cur CC 512.

பிரிவு 4

1. டிரஸ்ட்டை உருவாக்கியவரின் கடன்களை அடைக்க டிரஸ்ட்டு ஒன்று நிறுவப்பட்டது. அந்த நோக்கம் சட்ட விரோதமானதல்ல. - AIR 1976 SC 656 (659) : 1976 Cur Tax Rep (SC) 271.

2. சட்டத்தால் தடைச் செய்யப்பட்ட நோக்கம் ஒன்றின் பொருட்டு டிரஸ்ட்டு ஒன்று ஏற்படுத்தப்பட்டால், அது சட்டவிரோதமானதும் இல்லாநிலையதுமாகும்.

3. ஒழுங்கீனங்களை மேம்படுத்தும் அல்லது பொதுக் கொள்கைகளை மீறுகின்ற வகையிலான டிரஸ்ட்டுகள் ஏற்படுத்தப்படுவதை, சட்டம் அனுமதிப்பதில்லை என்பது மிகவும் நல்லமுறையில் நிலைநாட்டப்பட்ட ஒரு நெறிமுறையாகும். எதிர்கால ஒழுங்கீன அமைப்புக்கு மறுபயனாக, பயன் கொடுக்கப்பட்டால், அந்த டிரஸ்ட்டு இல்லா நிலையதாகும்.

4. இந்தப் பிரிவின்கீழ் டிரஸ்ட்டு ஒன்று எழுப்பவும் பதிவு செய்யப்படவும் குறித்துரைக்கப்பட்ட விதிமுறை இந்து சமய டிரஸ்டடுகளுக்குப் பொருந்தாது. அது இந்தப் பிரிவின் வகையம் 1-ஆல் விலக்களிக்கப்பட்டுள்ளது,

பிரிவு 5

1. செல்லத்தக்கதொரு டிரஸ்ட்டுக்குப் பதிவு ஆவணம் அவசியமானதாகும். AIR 1926 Nag 86(88) : ILR (1974) Guj 1018 (1027)

2. அசையாநிலைச் சொத்துச் சம்பந்தமாக செல்லும் நிலை டிரஸ்ட்டை உருவாக்குவதென்பது, உயிலாவணமல்லாத ஆவணத்தைப் போன்று, டிரஸ்ட்டை உருவாக்குபவர் எழுதி கையொப்பமிடுதல் வேண்டும்.- AIR 1916 Mad 657 (658) (DB).

பிரிவு 6

1. அசையும் சொத்துக் குறித்த டிரஸ்ட்டு ஒன்றை உருவாக்குவதற்கு, பிரிவு 6-இன் தேவைப்பாடுகளை நிறைவேற்றுதல் வேண்டும். - AIR 1941 Mad 154 (157) (DB) : 1952 - 21 ITR 169 (181) (DB) (Cal).

2. டிரஸ்ட்டு ஆவணம் - இதில் முக்கியமாக இரண்டு தரப்பினர்கள் இருக்கிறார்கள் - அதாவது டிரஸ்ட்டை ஏற்படுத்தியவர் மற்றும் டிரஸ்ட்டி ஆகியோராவார் - அதில் பயனீட்டாளர்களுங்கூட இருப்பர் - அவர்கள் உட்கிடையாக ஆவணத்தின் மூன்றாந் தரப்பினர்களாவார்கள் - அதனால் இதில் பெரிதும் முத்தரப்பு நடவடிக்கையே உள்ளன. - AIR 1996 SC 620 (632) : 1995 AIR SCW 4597 : 1996 Tax LR 145.

3. கூட்டாளி ஒருவர் தனது சொந்தப் பங்கு தொடர்பாக வக்ஃபு ஒன்றை ஏற்படுத்தலாம். AIR 1960 Punj 219 (Pra) : ILR (1960) Punj 327 (DB).

4. சட்டப்படியான உரிமை உண்மையில் டிரஸ்ட்டியிடம் ஒப்படைக்கப்படாமல் டிரஸ்ட்டு ஒன்று இருக்க முடியாது. - AIR 1920 PC 119 (121).

5. ஆவணம் ஒன்றில் சொத்துக்களின் உரிமை எதுவும் ஒப்படைக்கப்படவில்லை. ஆகையால், அது ஒரு டிரஸ்ட்டாக இருக்கமுடியாது. - (1913) 17 Cal LJ 233 (235) (DB).

6. டிரஸ்ட்டு ஒன்றை உருவாக்குவதற்கு அல்லது சொத்துரிமை மாற்றத்திற்கான ஓர் உடன்படிக்கை ஒரு டிரஸ்ட்டு ஆகாது. - Bhobootmal V. Moolchand ILR 1943 Nag 643 ; AIR 1943 Nag 266, 1943 NLJ 363, 209 1C 25.

7. டிரஸ்ட்டு ஒன்றை ஒப்பந்தத்தின்மூலம் ஏற்படுத்தலாம். - Benarsilal Raj garbia V. Central Bank of India (1972) 76 Cal WN 807 ; Indian Iron and Steel Co. V. Dalbon - Sie Holdings Ltd., AIR 1957 Cal 293.

8. டிரஸ்ட்டிகளை நியமிக்கத் தவறியதால், டிரஸ்ட்டு ஒன்று இல்லாநிலையதாகிவிடாது. நீதிமன்றம் டிரஸ்ட்டிகளை நியமிக்கலாம். - Moinul Mulk Matin Uzzamman Khan V. Hunter 14 Luck 548. AIR 1939 Oudh 161; 1939 OWN 420, 181 1C 155.

9. டிரஸ்ட்டுச் சொத்தைப் பொறுத்து ஏற்பாடுகளைச் செய்வதற்கு, டிரஸ்ட்டி ஒருவருக்கு டிரஸ்ட்டு ஆவணத்தின்கீழ் அதிகாரமளிக்கப்பட்டிருக்கும்போது, அவர் மற்றொரு டிரஸ்ட்டை ஏற்படுத்தலாம். - C.E.D. Ratanlal Roy - (1987) 164 ITR 48 (Cal).

பிரிவு 9

1. சொத்தின் உரிமையாளர் ஒருவர் தமது சொத்தை நிர்வகிக்க ஒருவருக்கு உரிமை வழங்கியிருக்கும்போது, அவர் சொத்தின் பயனாளி(beneficiary)யாக இருக்க முடியாது. - AIR 1946 Pat 361 (364) (SB).

2. டிரஸ்ட்டு ஒன்று 'ஜி'-இன் பயனுக்காக ஏற்படுத்தப்பட்டது - டிரஸ்ட்டு ஆவணத்தில், 'ஜி'-இன் மனைவிக்கும் வழிவகை செய்யப்பட்டது. - 'ஜி'-இன் மனைவி, 'ஜி' -யுடன் வாழ்ந்தால்

மட்டுமே அவள் அந்தப் பயனைப் பெறமுடியும். 'ஜி'-க்கும் அவரது மனைவிக்குமிடையில் விவாகரத்து ஏற்பட்டது. 'ஜி'-இன் மனைவி வேறொரு திருமணமும் செய்து கொண்டாள்.

தீர்ப்பு : 'ஜி' இறந்தபோது, 'ஜி'-இன் மனைவி 'ஜி'-இன் மனைவியாக இல்லை. ஆகையால், அவள் உரிமைகளைப் பெற முடியாது. - AIR 1960 Cal 36 (39)

3. பிறக்காத நபர் ஒருவர் டிரஸ்ட்டு ஒன்றின் பயனாளியாக இருக்கலாம்.

4. டிரஸ்ட்டு ஒன்றின் பயனாளி டிரஸ்ட்டியாக முடியாது. ஆனால் டிரஸ்ட்டி ஒருவர் பயனாளிகளில் ஒருவராக இருக்கலாம். - Kulty pokker V. Ussan Mayan AIR 1927 Mad 1134 : Secretary of State V. Radhika Prasad, AIR 1923 Mad 667 : Imbichi V. Achampat, AIR 1918 Mad 674.

5. விலங்குகளுக்காக ஒரு டிரஸ்ட்டை ஏற்படுத்தலாம்; விலங்குகள் மனிதர்களுக்குச் சேவை புரிவதால், விலங்குகளுக்காக ஒரு டிரஸ்ட்டை ஏற்படுத்துவது சட்டவிரோதமானதாகாது. நரிவேட்டைக்கு உதவும் வகையிலான டிரஸ்ட்டு செல்லுபடியாகக் கூடியதென்று அங்கீகரிக்கப்பட்டுள்ளது.Per North J. In the Dean, Cooper Dean V. Stevens, 41 Ch D 552. Re, Thampson, Public Trustee, V. LIoyd 1934 Ch 342.

பிரிவு 10

1. அரசுச் செயலாளர் ஒரு டிரஸ்ட்டியாகலாம். - AIR 1926 Pat 321 (330) (DB).

2. டிரஸ்ட்டு ஒன்றின் டிரஸ்ட்டியாக இருப்பது என்பது டிரஸ்ட்டு ஆவணத்தில் கையொப்பம் இடுவதன் மூலமாகவோ, ஒப்புதலுக்கு வெளிப்படையாக விளம்புகை செய்வதன் மூலமாகவோ நடத்தை மூலமாகவோ இருக்கலாம். - Jones V. Higgi LR 2 Eq 538. Doe V. Harris 167 & W 517.

பிரிவு 19

1. டிரஸ்ட்டி ஒருவர் டிரஸ்ட்டு பணத்தைப் பெற்றிருக்கும்போது, அதற்குக் கணக்குக் காட்டுதல் வேண்டும். அந்தத் தொகையை மற்ற டிரஸ்ட்டிகளிடம் கொடுக்கவிட்டதாக எதிர்வாதம் செய்தல் கூடாது. - 1941 Nag LJ 587 (588) (DB).

2. டிரஸ்ட்டிக்கு எதிராகப் பயனாளியால் தொடுக்கப்பட்ட கணக்குக் கேட்பு வழக்கில், பிற்பட்ட காலத்தில் தொகை செலுத்தத்திற்காகத் தீர்ப்பாணையைப் பெறலாம். - AIR 1940 Cal 337 (344) (DB).

3. டிரஸ்ட்டு தொகையை வசூலிப்பதற்கு, கணக்குக் கேட்கும் வழக்கில், டிரஸ்ட்டியின் சட்டப்படியான வாரிசுகள் இன்றியமையாதவர்களாவார்கள். - AIR 1940 Cal 337 (345) (DB).

4. கணக்குக் கேட்கும் வழக்கில் நிரூபிக்கும் சுமை, டிரஸ்ட்டி வாதியாகவோ, எதிர்வாதியாகவோ இருந்தாலும் அவரையே சாரும். - AIR 1940 Cal 337 (345) (DB).

5. டிரஸ்ட்டி ஒருவர் பதவி விலகினார். அவரது பதவி விலகல் ஏற்றுக்கொள்ளப்படவில்லை. அவர் தொடர்ந்து டிரஸ்ட்டியாக இருப்பதற்குக் கேட்டுக்கொள்ளப்பட்டார். ஆகையால், அவர் மற்ற டிரஸ்ட்டிகளுக்கு எதிராகக் கணக்குக் கேட்டு வழங்கிடலாம். - AIR 1963 Punj 187 (194) : 65 Pun LR 236 (DB) : AIR 1969 Delhi 75 (85) (DB).

6. முன்னாள் டிரஸ்ட்டி தற்போதைய டிரஸட்டியிடம் கணக்கை ஒப்படைத்தல் வேண்டும். - AIR 1967 SC 781 (784).

7. நம்பிக்கை மோசடி இருந்தாலன்றி, பயனாளிகள் கணக்குக் கேட்க உரிமையில்லை. - AIR 1946 Nag 21 (22).

பிரிவு 23

1. ஒரு டிரஸ்ட்டி தான் ஒரு டிரஸ்ட்டியல்லவென்று கூறுவது நம்பிக்கை மோசடியாகும். - (1972) 76 Cal WN 807 (857).

2. கணக்குகளைக் கொடுக்க மறுப்பது நம்பிக்கை மோசடியாகும். - (1972)76 Cal WN 807 (856).

3. டிரஸ்ட்டி தொகையைத் தம் கையில் வைத்திருப்பது, டிரஸ்ட்டில் வெளிப்படையாகக் கூறப்பட்ட வகையங்களுக்கு முரணானதாகும். மற்றும் அதனை மற்ற டிரஸ்ட்டிகளிடமிருந்து மறைத்தது நம்பிக்கை மோசடியாகும். - ILR (1973) 1 Cal 90 (110, 111)

4. இறந்துபோன தந்தைக்காக அவரது மகன்கள் குற்றமுறு நம்பிக்கை மோசடிக்குப் பொறுப்பாகமாட்டார்கள். - AIR 1934 PC 238 (242)

5. வழக்குமூலம், இறந்துபோன டிரஸ்ட்டியின் சட்டப்படியான வாரிசுகளுக்கு எதிராகத் தொடர்ந்து நீடித்திருக்கும். - AIR 1934 Mad 448 (455) (DB) : AIR 1940 Cal 337 (345) (DB).

6. நம்பிக்கை மோசடி எதுவும் இல்லாதிருக்கும்போது, டிரஸ்ட்டு சொத்திலிருந்து இலாபமடைந்திருக்கும் டிரஸ்ட்டி சாதாரணமாக வட்டியைச் செலுத்த கடமைப்பட்டவரல்ல. - AIR 1923 Mad 147 (151) (DB).

7. டிரஸ்ட்டி ஒருவர் டிரஸ்ட்டுப் பணத்தைத் தனிப்பட்ட தொழிலுக்குப் பயன்படுத்தியிருக்கும்போது, அவர் 6%க்கு மேல் கூட்டு வட்டியைச் செலுத்தவேண்டிய அவசியமில்லை. - AIR 1917 Mad 455 (455) (DB).

பிரிவு 26

மற்றைய டிரஸ்ட்டியோ அல்லது புதிய டிரஸ்ட்டியோ தணிக்கை அறிக்கைப் பேரிலான நிலுவைத் தொகைக்காக வழக்கிட்டு அதனை வசூலிக்கலாம். - AIR 1934 Mad 115 (126) (DB)

பிரிவு 36

1. கோயிலுக்காக ஒதுக்கப்பட்ட தொகையைவிட கூடுதலாக டிரஸ்ட்டி செலவு செய்தல் கூடாது. டிரஸ்ட்டி கோயில் திருவிழாவுக்குச் செலவு செய்தலுக்கு வழிகாட்டுதல் வேண்டும். - AIR 1937 Mad 970 (971).

2. முத்தவல்லியால் பணம் கடன் வாங்கப்பட்டது. டிரஸ்ட்டுச் சொத்தைப் பாதுகாப்பதற்காக அல்ல; டிரஸ்ட்டின் சாதாரண நோக்கங்களை நிறைவேற்றுவதற்காகத் தேவைப்பட்டதாகும். ஆகையால், கடன் பெறப்பட்ட தொகை, டிரஸ்ட்டுச் சொத்தைக் கட்டுப்படுத்தாது. - AIR 1936 Pat 390 (390, 392) (DB).

பிரிவு 37

1. இந்தச் சட்டத்தின்கீழ் டிரஸ்ட்டி ஒருவர் டிரஸ்ட்டு சொத்தை விற்பனை செய்வதற்கு உரிமையில்லை. டிரஸ்ட்டு ஆவணம் அவ்வாறு விற்பனை செய்வதற்கான அதிகாரத்தை வழங்கினால், அப்போது டிரஸ்ட்டி டிரஸ்ட்டுச் சொத்தை விற்பனை செய்யலாம். - AIR 1952 Bom 106 (112) (DB).

2. டிரஸ்ட்டு ஆவணத்தின்கீழ் டிரஸ்ட்டுச் சொத்தை விற்பனை செய்வதற்கு, டிரஸ்ட்டி அதிகாரம் வழங்கப்பட்டிருக்கும் போது, டிரஸ்ட்டி அதனைத் தவறாகச் செயற்படுத்தினால், அந்த அதிகாரம் நீதிமன்றத்தால் கட்டுப்படுத்தப்படும். - AIR 1979 (NOC) 32 (1978) 2 Andh LT 124 (DB).

பிரிவு 43

டிரஸ்ட்டியால் நல்லெண்ணத்தின்பேரில் செய்யப்பட்ட சமரசம் சட்டப்படியானதாகும். இது டிரஸ்ட்டுக்குப் பயன்தரக்கூடியதா

என்பது பற்றி நீதிமன்றம் விசாரித்தல் கூடாது. - AIR 1920 Mad 508 (509) (DB).

பிரிவு 47

1. டிரஸ்ட்டி ஒருவர் தமது டிரஸ்ட்டி உரிமையைத் தமது ஆதாயத்திற்காக மற்றவருக்கு ஒதுக்கக்கூடாது. - (1876) 1 Mad 235 (249) : 4 Ind App 76 (PC).

2. டிரஸ்ட்டு ஆவணத்தில் தெளிவாக அனுமதிக்கப் பட்டிருந்தாலன்றி, அல்லது பயனாளிகள் ஒத்துக கொண்டிருந்தாலன்றி, டிரஸ்ட்டிகள் தமது கடமைகளையும் செயற்பாடுகளையும் அதிகாரங்களையும் மற்றைய நபர்களுக்கு விட்டுக்கொடுக்கவோ, அவர்களைத் தமது இடத்தில் டிரஸ்ட்டிகளாக நியமிக்கவோ கூடாது. - AIR 1963 SC 309 (313, 314) (See AIR 1979 Andh Pra 229 (230) : (1979) 1 APLJ (HC) 264 (DB)

3. பிரதிநிதித்துவ தகுதியின்படியான நபர் ஒருவர், தமது பிரதிநிதித்துவ அதிகாரத்தின்பேரில் தமது அதிகாரத்தை மாற்றிக் கொடுக்கமுடியாது. - AIR 1922 PC 209 (212).

4. டிரஸ்ட்டிகள் தமக்கு அடுத்துவரும் டிரஸ்ட்டிகளை நியமிக்கலாம். ஆனால் அவர்களுக்கு அதிகாரத்தைப் பகிர்ந்தளித்தல் முடியாது.- (1909, 2 Ind Cas 701 (724) (DB) (Cal).

5. டிரஸ்ட்டி ஒருவர், புதிதாக டிரஸ்ட்டி ஒருவரை நியமித்தது நம்பிக்கை மோசடியாகும். - AIR 1922 Mad 259 (260) (DB).

6. டிரஸ்ட்டிகளில் யாரேனும் ஒரு டிரஸ்ட்டியைச் சாதாரணமாக மேனேஜிங் டிரஸ்ட்டியாக நியமிக்கலாம். அவ்வாறு நியமிக்கப்பட்ட மேனேஜிங் டிரஸ்ட்டி (நிர்வாக அறங்காவலர்), டிரஸ்ட்டிகள் மற்ற டிரஸ்ட்டிகளுக்குக் கொடுக்கும் அதிகார ஒப்படைவு சம்பந்தப்பட்ட சட்டங்குறித்த பிரச்சினை எதிலும் தலையிடுதல் கூடாது. - AIR 1932 Mad 658 (659).

7. டிரஸ்ட்டு உரிமை இயல்பாக மாற்றக் கூடியதல்ல. சொத்து ஒன்றின் டிரஸ்ட்டி, அதே சொத்துக்கு மற்றொருவரை, டிரஸ்ட்டியாக நியமிக்க உரிமையில்லை. அந்த வகையில் டிரஸ்ட்டி ஒருவர் டிரஸ்ட்டு ஆவணத்தை உருவாக்குவது எடுத்த எடுப்பிலேயே இல்லாநிலையதாகும். - 1949 Trav COLR 70 (72) (DB) : (1909) 12 Oudh Cas 236 (245, 246) (DB).

8. மற்ற டிரஸ்ட்டிகளால் தீர்மானம் நிறைவேற்றப்பட்டு டிரஸ்ட்டிகளில் ஒருவருக்கு அதிகாரம் கொடுத்ததன்பேரில், அந்த டிரஸ்ட்டி வழக்குத் தாக்கல் செய்தார். **தீர்ப்பு :** அது நிலை நிற்கத்தக்கதல்ல. - AIR 1984 Delhi 145 (147) : (1984) 25 DLT 70 (DB) : 1972 Rajasthan LR 142. Not foll.

9. டிரஸ்ட்டுகள் சட்டம் (2/1882), பிரிவுகள் 47, 48 - சக டிரஸ்ட்டிகள் தீர்மானம் நிறைவேற்றிக் கொடுத்த அதிகாரத்தின்பேரில் டிரஸ்ட்டி ஒருவர் வழக்குத் தொடுத்தார். தீர்ப்பு: அந்த வழக்கு நிலைநிற்கத்தக்கதல்ல. - AIR 1984 Delhi 145.

10. டிரஸ்ட்டுகள் சட்டம் (1882), பிரிவுகள் 47, 48 - டிரஸ்ட்டுச் சொத்து விற்பனை - டிரஸ்ட்டு சொத்தை விற்பனை செய்வதற்கு, டிரஸ்ட்டி ஒருவர் மற்ற டிரஸ்ட்டிகளுக்கு அதிகாரம் வழங்க முடியாது. - AIR 1980 SC 17.

பிரிவு 48

1. ஒன்றுக்கு மேற்பட்ட டிரஸ்ட்டிகளிடம் நிர்வாகம் ஒப்படைக்கப்பட்டிருக்கும்போது, அனைத்து டிரஸ்ட்டிகளும் விற்பனை ஆவணத்தை எழுதிக் கொடுத்தல் வேண்டும். அப்படிச் செய்யவில்லையென்றால் அந்த விற்பனை செல்லாததாகும். - 1993 Mad LW 874 (879) : (1997) 2 Mad LJ 486.

2. டிரஸ்ட்டிகள் பலர் இருக்கும்போது, ஒரு டிரஸ்ட்டி மட்டும், மற்ற டிரஸ்ட்டிகளின் வெளிப்படையான அங்கீகாரமில்லாமல் டிரஸ்ட்டுச் சொத்தைப் பிணையப்படுத்தி, பணத்தைக் கடன் வாங்க முடியாது. - AIR 1926 Mad 1199 (1201) : AIR 1942 Mad 92 (93)